# भाषा ग्रहण, संपादन

## व

# अध्यापन

डॉ. पुष्पा पई

**BHASHA GRAHAN, SAMPADAN VA ADHYAYAN**

**By Dr. Pushpa Pai**



Made with ♥ on the Notion Press Platform
www.notionpress.com

हे पुस्तक माझे पती
कै. विष्णू पई यांना समर्पित आहे.
त्यांच्या सहकार्या शिवाय हे शक्य नव्हते.


This book is dedicated to
my late husband Vishnu Pai.
It was not possible to complete it
without his persuasion

# अनुक्रमणिका

# प्राक्कथन

या पुस्तकाचा मजकूर लिहून बरीच वर्षे झाली पण काही दिवसा पूर्वी शिक्षकांमध्ये भाषे बद्दल तोच संभ्रम पाहायला मिळाला. मूल भाषा कशे शिकते, प्रथम भाषा कोणती, द्वितिय भाषा कोणती, त्यांना शिकवण्ययाच्या पद्धती समान की वेगवेगळ्या? आजही हे प्रश्न तितकेच महत्वाचे वाटले म्हणून हे सर्व पुस्तक रूपाने सर्वां समोर आणावेसे वाटले. या कामात मला अनेकांने मदत केली, माझे पती हे कार्य पूर्ण करावे म्हणून माझ्या मागे होतेच, पण खरी मदत झाली ती माझ्या मैत्रिणीची तृप्ती निसर हिची. तिने पुस्तक पुरे होईपर्यंत पाठ पुरावा केला. तिनेच हस्तलिखित टाईप केले. तिने व तिच्या मित्र देबाशीश यांनी ते छापण्या योग्य बनविले. माझी बहिण डॉ. मंगला बोरकर हीने सर्व पुस्तक वाचून त्यांतील टंकलेखनाच्या चुका दुरूस्त केल्या. माझ्या मुलांनी, दीपा आणि माधव यांनीही खुप मदत केली. मी या सर्वांची ऋणी आहे.

पुष्पा पई

# चिकित्सक विचार

डॉक्टर पुष्पा पई यांचे पुस्तक 'भाषा ग्रहण, संपादन व अध्यापन' अतिशय अभ्यासपूर्ण आहे. मानवजातीची उत्पत्ती झाल्यापासून भाषेचा विकास कसा होत गेला ह्याचा इतिहास सांगितला आहे. उत्पत्ती झाल्या पासून एकत्र समूहात राहिल्यावर, तशेच शिकारीसाठी एकमेकांना सूचना देण्यासाठी भाषेचा उगम झाला. ह्या सर्वासाठी लागणारे मेंदूतील बदल, त्यातील आकलनाची तसेच वाचेची केंद्रे विकसित होण्याची क्रिया तसेच स्वरयंत्राचे कार्य व बोलताना फुप्फुसातून येणाऱ्या हवेचे नियंत्रण त्याच्या मागचे शास्त्रीय कारण हे अतिशय सोप्या शब्दात समजावून दिले आहे.


भारतातील प्रांतांमध्ये अनेकविध भाषा आहेत. जन्मापासून भाषेचे आकलन होताना शब्दभंडार कसे वाढत जाते हे सर्व ह्या माहितीपूर्ण पुस्तकातून समजते. २ वर्ष वय असताना शब्द संख्या शेकड्यात असते, शाळेत प्रवेश घेताना हाच शब्दभंडार २० हजार होतो शाळेतून बाहेर पडताना ह्या शब्द भांडाराची संख्या ८० हजार इतकी होते, असे जरी असले तरी दैनंदिन जीवनात ३ ते ५ हजार शब्दांचा वापर होतो.भाषा अध्यापन प्रक्रियेत श्रवण, कथन, वाचन, लेखन ह्या क्रमाने विकास साधावा हे महत्वाचे सांगितले आहे. भाषा ग्रहणाचा अभ्यास करणाऱ्या शास्त्रज्ञांच्या मते ४ ते ७ वय हा महत्वाचा काळ, ह्या काळात मेंदूतील मज्जापेशी खूप जास्त असतात. ह्या पुस्तकात साहित्याचे शास्त्रीय विश्लेषण अतिशय समर्पक रित्या सांगितले आहे.

प्रकट वाचनामुळे प्रस्थापित होतो डोळे आणि कान यातील संबंध. ह्या पुस्तकात साहित्याचे शास्त्रीय विश्लेषण समर्पक आहे.

२०व्या शतकात, अनुकरण आणि सराव या दोन तंत्रांवर भर दिला गेला. तसेच ह्या पुस्तकातील हे वाक्य 'sociolinguistic unity among linguistic diversity' हेही खूप काही सांगून जाते.

**डॉ. मंगला बोरकर**

# प्रास्ताविक

भाषा ही अत्यंत गुंतागुंतीची पण शिस्तबद्ध अशी व्यवस्था (system) आहे. प्रत्येक अव्यंग मूल ही व्यवस्था अगदी अल्पशा काळात सहजतेने आणि तत्परतेने आत्मसात करते. लहान मुले भाषा कशी शिकतात यासंबंधीच्या कुतूहलाने मनोवैज्ञानिकांना आणि भाषावैज्ञानिकांना संशोधनाकडे प्रवृत्त केले. या संशोधनामुळे आज आपल्याला भाषा ग्रहणासंबंधीची वैज्ञानिक माहिती उपलब्ध आहे. लहान मुले भाषा कशी शिकतात याबद्दल अनेक कयास बांधले गेले व त्यामुळे बन्याच गैरसमजुती रूढ झाल्या. आपण अगोदर या गैरसमजुती पाहून त्यातील उणिवा समजून घेऊ व नंतर भाषाग्रहणाच्या वैज्ञानिक अभ्यासाकडे वळू.

# भाषाग्रहण

## १.१ भाषाग्रहणासंबंधीच्या गैरसमजुती

भाषाग्रहणासंबंधीचा एक समज असा आहे की, मुले आई-वडिलांच्या किंवा सांभाळ करणाऱ्या व्यक्तींच्या भाषेचे अनुकरण करतात आणि हळूहळू सर्व भाषा शिकून घेतात. अनुकरणाचा अर्थ आहे जसेच्या तसे म्हणण्याचा प्रयत्न करणे.

पण मोठी माणसे बोलताना बऱ्याच गफलती, चुका करतात. बोलता-बोलता दुसरेच काही आठवल्याने वाक्य अर्धवट सोडून दुसऱ्याच विषयावर बोलू लागतात. बऱ्याच वेळा मोठ्यांचे बोलणे व्याकरण शुद्ध असतेच असे नाही. याला अनेक गोष्टी कारणीभूत असतात. मुलांना कळू नये म्हणूनही ती संदिग्ध भाषेत बोलण्याचा प्रयत्न करतात. त्यांच्याकडून अशी तक्रारही ऐकली असेल की 'बघा कसा बोलतो/बोलते ते, कोणाला वाटेल आम्हीच हे बोललो असू.'

एकूण काय तर मुले केवळ अनुकरणाने भाषा शिकत नाहीत. अनुकरणासाठी नेहमी ग्रहण करण्यायोग्य भाषा मिळतेच असे नाही, शिवाय भाषा ही इतकी संश्लिष्ट व गुंतागुंतीची व्यवस्था आहे की केवळ अनुकरणाने ती संपूर्णपणे आत्मसात करता येणे शक्य नाही.

भाषाग्रहणासंबंधीचा दुसरा समज असा आहे की आई-वडील किंवा त्यांचा सांभाळ करणारी व्यक्ती त्यांना भाषा शिकवते. यासंबंधीचे दोन सिद्धान्त रूढ आहेत.

एकाला मदरेस (motherese) असे म्हणतात. असे मानले जाते की, या व्यक्ती आपल्या बाळाशी बोलताना भाषा सोपी करून बोलतात. त्यासाठी छोटी-छोटी वाक्ये वापरणे, महत्त्वाच्या शब्दांवर आघात करणे, मुद्दाम हळू बोलणे, वगैरे प्रयत्नपूर्वक करतात. हे सर्व बाळाच्या अगदी आरंभीच्या काळात होत असते. कोणीही संपूर्ण भाषा अशा प्रकारे शिकवू शकत नाही. पण ह्या पद्धतीचा उपयोग सुरवातीच्या काळात अवश्य करावा.

दुसऱ्या सिद्धान्ताला कोरी पाटी (clear slate) सिद्धान्त असे नाव आहे. या सिद्धान्ताप्रमाणे आई-वडील बाळाच्या मनावर भाषा बिंबवण्याचा प्रयत्न करतात. पण वर सांगितल्याप्रमाणे कोणी संपूर्ण भाषा या तऱ्हेने शिकवू शकत नाही. किंबहुना मोठी माणसे मुलांच्या चुकांकडे लक्ष देत नाहीत असे निरीक्षणांती आढळून आले आहे. फक्त अर्थाच्या बाबतीत संभ्रम निर्माण होत असेल तर सुधारण्याचा प्रयत्न केला जातो. उलट बरेच वेळा ती या चुकांमध्ये रस घेताना दिसतात व स्वतः ही त्याचे अनुकरण करू लागतात (उदाहरणार्थ माझी मुलगी काही वर्ष कडधान्याला कोवा म्हणायची, आणि आम्ही सर्व त्याला कोवा म्हणत असू).

याचा अर्थ असा की, भाषा ही इतकी संश्लिष्ट व गुंतागुंतीची व्यवस्था आहे, की ती कुणाच्या अनुकरणाने वा शिकवण्याने ग्रहण करता येत नाही, तर मुलांना ती स्वतः शिकावी लागते.

## १.२ भाषाग्रहणासंबंधी वैज्ञानिक दृष्टिकोन

भाषा ही मानवाची विशेष उपलब्धी आहे, जी त्याने उत्क्रांतीच्या दरम्यान मिळवली आहे. १९५७ साली प्रसिद्ध झालेल्या 'वाक्य संरचना' (Syntactic Structures) या चॉमस्कीच्या पुस्तकामध्ये याबद्दलची प्रथम माहिती मिळते. चॉमस्कीने भाषा आणि बुद्धी किंवा मन यांच्यामधील परस्परसंबंध समजून घ्यायचा प्रयत्न केला, त्यासाठी त्याने व त्याच्या सहकाऱ्यांनी लहान मुलांच्या भाषाग्रहणाचा अभ्यास सुरू केला. त्यांच्या असे लक्षात आले की, चार वर्षे पूर्ण होता होता साधारणपणे सर्व मुले भाषेचे मूलभूत व्याकरण आत्मसात करतात आणि अगोदर सांगितल्याप्रमाणे त्यांना ते कोणीही शिकवत नाही किंवा अनुकरण करण्यायोग्य अशी भाषा त्यांना उपलब्ध नसते. तरीही मुले चार वर्षे पूर्ण होता होता ती आत्मसात करू शकतात. त्यावरून चॉमस्कीने असे अनुमान बांधले की, मुलांमध्ये भाषाग्रहणक्षमता उपजतच (innate) असावी. चॉमस्कीने या उपजत असलेल्या क्षमतेला 'Language Acquisition Device' किंवा 'LAD' असे नाव दिले. त्याच्या मते ही क्षमता जन्माच्या वेळेस सुप्तावस्थेत असते व भोवतालच्या भाषेच्या संपर्कात आल्यावर ती कार्यान्वित होते व मूल त्याच्या भोवतालच्या भाषेचे व्याकरणिक नियम शोधून काढते. चॉमस्कीच्या मते व्याकरणाचे ज्ञान म्हणजे भाषेचे ज्ञान.

पुढे १९६७ मध्ये लेनेबर्ग (Lenneberg) यांनी 'Biological Foundation of Language' या पुस्तकाद्वारे चॉमस्कीच्या अनुमानाला दुजोरा देत भाषा ही जैविक व जनुकीय क्षमता आहे हे सिद्ध करण्याचा प्रयत्न केला. या मधल्या काळात लहान मुलांच्या भाषाग्रहणाबद्दल बऱ्याच लोकांनी लॉजिट्युडिनल

(Longitudinal) स्तरावर म्हणजे जन्मापासून ते भाषाग्रहण पूर्ण होईपर्यतचे निरीक्षण केले. त्यात फार महत्त्वाची अशी गोष्ट लक्षात आली की, जगातली सर्व मुले भाषा समान क्रमाने शिकतात. कोणत्याही भाषेशी त्यांचा संपर्क आला तरी मुले त्याच क्रमाने व त्याच गतीने भाषा आत्मसात करतात. या भाषाग्रहणाची सांगड बालकांच्या इतर प्रगतीशीही घालता येते.

## १.३ भाषांमधील समानता

मुलांची भाषा-क्षमता भोवतालच्या भाषेमुळे कार्यान्वित होते. मूल कुठेही असो ते आपल्या भोवतालच्या भाषेचे नियम निवडून आपले व्याकरण तयार करते, म्हणून महाराष्ट्रात मराठी भाषकांमध्ये वाढणारे पंजाबी मूल मराठी, किंवा तमिळनाडूमध्ये वाढणारे मराठी मूल तमिळ भाषा आत्मसात करते. भाषेशी संपर्क येणे, श्रवणाची संधी मिळणे, भाषाग्रहण क्षमता कार्यान्वित होण्यासाठी इतकी आवश्यक असते की तशी संधी न मिळाल्याने मुले मुकी बनतात. बहिऱ्या मुलांचा बाबतीत हे प्रकर्षाने जाणवते.

या अभ्यासात आणखी एक असे लक्षात आले की, भाषेचे एक वैश्विक रूप असते. सर्व भाषांच्यात चार प्रकारची वाक्यें असतात विधानार्थी, प्रश्नार्थी, नकारार्थी, आणि आश्चर्य वाचक. या वाक्यांमध्ये नामे, क्रियापदे, विशेषणे व क्रियाविशेषणे असतात आणि त्यांच्यात संबंध प्रस्थापित करण्यासाठी अव्यये असतात. फक्त विविध भाषांमध्ये या व्याकरणिक घटकांची मांडणी वेगवेगळी असते, म्हणजे नामे सर्व भाषांच्यात आहेत. त्यांना लागणारी लिंग वचनेही आहेत. पण काही भाषांमध्ये लिंग भेदच नाही तर काहींमध्ये दोन किंवा तीन लिंग दिसून येतात. (उदा. बंगालीमध्ये लिंगभेद नाही. हिंदीमध्ये दोन व मराठीत तीन लिंगभेद दिसून येतात.) तसेच वचनातही एकवचन,

भाषा ग्रहण, संपादन व अध्यापन 🔲

द्विवचन व अनेकवचन असे भेद आपण पाहतो. क्रिया ही काळ सांगते, पण काळांची संरचना व मांडणी वेगवेगळ्या भाषांमध्ये वेगवेगळी असते. सर्वनामांच्या बाबतीत इंग्रजीमध्ये he, she, it अशी तृतीय वाचक सर्वनामे आहेत, तसेच this, these, that, those अशी दर्शक सर्वनामेही आहेत. पण हिंदी भाषेत ये-वो, किंवा मराठी भाषेत तो-ती-ते आणि हा-ही-हे ही सर्वनामे पुरुषवाचक सर्वनामे म्हणूनही वापरली जातात व दर्शक सर्वनामे म्हणूनही. मराठीत तर तो-ती-ते आणि हा-ही-हे असा लिंग भेदही दिसून येतो.

भाषाग्रहणाची पूर्व अट अशी आहे की, मुलांना भाषा ऐकण्याची भरपूर संधी मिळाली पाहिजे. तसेच मोठ्यांनी त्यांना भाषा व्यवहारामध्ये सामील करून घेतले पाहिजे. असे झाल्यास मुलांना व्याकरणिक नियम शोधण्यास मदत होते. घडवत असलेले नियम पडताळून पाहता येतात आणि भाषाग्रहणात मदत होते. अशा वेळेस, मुले स्वतःचे जे व्याकरण बनवतात ते मोठ्यांच्या व्याकरणापेक्षा वेगळे असते. मुले सर्वच्या सर्व भाषा एकदम शिकून घेत नाहीत. प्रथम आकलनाच्या पातळीवर सर्व मूलभूत संरचना समजून घेतली जाते व नंतरच भाषा प्रकटीकरणाचा प्रयत्न सुरू होतो. बोलण्यापूर्वी मुलांना भाषा कळते याचा अनुभव आपण घेत असतो. बोलता येत नसले तरी सूचनेबरहुकूम ती बरीच कामे करतात. बोलायला लागल्यावर मात्र ती एक शब्द टप्पा, दोन शब्द टप्पा असे विविध टप्प्यांवरून भाषा आत्मसात करतात. साधारणपणे एक शब्द टप्पा हा एक शब्द नसून संपूर्ण वाक्याचे प्रतिनिधित्व करीत असतो. मुलाचे या वेळचे व्याकरण मोठ्यांच्या व्याकरणापेक्षा वेगळे असते. या वेळेला वाक्यांमधे पदबंधांचे स्तरीकरण व पदबंधांना एकमेकांमधे मिसळून (embedding) व्याकरणिक व्यवस्था बनवते. त्यांची ही

भाषा ग्रहण, संपादन व अध्यापन ▢

व्याकरणिक व्यवस्था तात्पुरती (tentative) असते, आणि हळूहळू ती मोठ्यांच्या व्याकरणाशी जुळणाऱ्या व्यवस्थेकडे जाते. या भाषेच्या मधल्या टप्प्यांना मध्यभाषा (interlanguage) म्हणतात. मध्यभाषा मुलांच्या भाषा-विकासाची व त्यांनी वापरलेल्या खेळींची, डावपेचांची (strategies) सूचक असते. या मध्यभाषेमुळे आपल्याला मुले भाषाग्रहणामधे कुठे आहेत याचा अंदाज बांधता येतो.

भाषा ही एक चलित कृती (motor activity) आहे. तिचा वापर जाणीवपूर्वक केला जातो. योग्य शब्दांची निवड, इच्छित अर्थ व्यक्त करण्यासाठी त्यांची योग्य संरचनेत मांडणी, मग प्रकटीकरणासाठी, उच्चारणासाठी अवयवांची हालचाल आणि ते करण्यासाठी मेंदूद्वारा नवनव्या सूचना (उदा. जीभ दातामागे ने, पडजीभेने नासिका विवर बंद कर, स्वरतंत्री एकमेकांजवळ घे, बाहेर जाणारी हवा पूर्णपणे अडवू नको, त्याला घर्षण करीत बाहेर जाऊ दे, इत्यादी). या सर्व गोष्टी व्यवस्थित घडून आल्या तर बोलला गेलेला अपेक्षित अर्थ उमगतो. भाषाग्रहण झाल्यावर आपण करीत असलेल्या कृतीचे जे स्वच्छ उच्चारण (fine tuning) होते त्याकडे लक्ष दिले जात नाही; कारण हे नियम आत्मसात झाले की आपण फक्त व्यक्त होणाऱ्या अर्थाकडेच लक्ष देतो. पण जर आपण एखाद्या बालकाला प्रकटीकरणाचा (production) प्रयत्न करताना पाहिले तर आपल्याला प्रकर्षाने ही गोष्ट जाणवते. आपण जेव्हा एखादी नवी भाषा शिकण्याचा प्रयत्न करतो तेव्हाही आपण जे काही प्रत्यक्ष प्रयत्न करतो त्यावरून भाषा ही चलित कृती आहे याचा अनुभव घेतो. क्रमाक्रमाने विकसित होणारा मेंदू, ध्वनींचे आकलन (perception) व त्याचे उद्बोधन (cognition), त्याने व्यक्त

भाषा ग्रहण, संपादन व अध्यापन ▢

होणारे शब्द व शब्दांकन, त्यातून व्यक्त होणारे अर्थ या क्रमाने भाषा विकसित होत जाते.

भाषाग्रहण जगातील सर्व प्रकारच्या भाषा भाषकांमध्ये एकाच पद्धतीने, समान गतीने होत असते, आणि भाषा कितीही संश्लिष्ट असली तरी सर्व मुले एक शब्द टप्पा, दोन शब्द टप्पा आणि तीन शब्द टप्पा याप्रमाणे वाक्य संरचनेच्या मांडणीचे नियम आत्मसात करीत संपूर्ण व्याकरण व्यवस्था आत्मसात करतात.

मुले साधारणपणे सर्वप्रथम सामान्य नियम शिकून घेतात, म्हणजे हे नियम सर्वात अधिक वारंवार येतात. ही वारंवारिता दोन प्रकारची असते. रचनेची वारंवारिता व वापराची वारंवारिता. पण रचनेच्या वारंवारितेला प्राधान्य असते, कारण व्याकरणिक नियम बांधणीमध्ये ती सहाय्यभूत ठरते. इंग्रजी बालकांच्या भाषाग्रहणाचा अभ्यास करणाऱ्यांच्या असे लक्षात आले की, 'go' व 'eat' या क्रियांची भूतकाळी रचना, वापरा मध्ये वारंवार येत असल्यामुळे मुले प्रथम ती अचूकपणे वापरतात. पण 'go' व 'eat' इंग्रजीतील अनियमित (irregular) आहेत व त्यांची भूतकालीन रूपे 'went', 'ate' अशी आहेत. सुरुवातीला जरी मुले या शब्दांचा वापर करीत असली, तरी 'ed' हे भूतकालीन रूप असते असे माहीत झाल्यावर ती 'go-ed' आणि 'eat-ed' असे म्हणू लागतात व कालांतराने ती हा उपनियम शिकतात व 'went' आणि 'ate' म्हणू लागतात. याचा अर्थ असा की सुरुवातीच्या काळात 'went' आणि 'ate' ही भूतकालीन रूपे म्हणून वापरली जात नाहीत, तर स्वतंत्र शब्द म्हणून वापरली जातात.

भाषा ग्रहण, संपादन व अध्यापन ⬚

सुरुवातीच्या काळात लहान मुलांचा भाषेशी जेव्हा संबंध येतो तेव्हा वापराच्या वारंवारितेमुळे काही शब्द पुन्हा-पुन्हा कानावर पडतात ते शब्द थोडेसे अनुकरणाने, थोडेसे प्रसंगाच्या प्रभावामुळे बरोबर वापरले जातात. म्हणजे भूतकाळाच्या प्रसंगी 'went' व वर्तमानकाळाच्या वेळेस 'go' हा वापर बिनचूक असतो. पण त्या क्षणी मुलांच्या दृष्टीने ते स्वतंत्र शब्द असतात. त्यांच्यातील परस्परसंबंधाची त्यांना जाणीव नसते, पण पुढे-पुढे जेव्हा भाषेशी संपर्क वाढतो तेव्हा त्यांच्या असे लक्षात येते की, शब्दांमध्ये क्रियापदी रूपे असतात ज्यांना काळांचे चिन्ह लावले जाते. वेगवेगळ्या वेळी वेगवेगळी चिन्हे वापरली जातात. भूतकाळात 'ed' हे सर्वांत अधिक वेळा वापरले जाणारे भूतकालीन चिन्ह म्हणून मुले ती सर्वच क्रियापदांना लावायचा प्रयत्न करतात आणि 'go-ed', 'eat-ed' सारख्या रचना तयार केल्या जातात. पण ती वापरल्यावर इतरांकडून त्यांना जी प्रतिक्रिया मिळते त्यावरून त्यांना आपली रचना चुकीची असल्याचे कळते व मग त्यात सुधारणा केली जाते.

साधारणपणे तीन शब्द टप्पा सुरू झाल्यावर ही भाषिक परिस्थिती आपल्याला पाहायला मिळते. मराठीतही ला-ली-ले ही भूतकालीन रूपे लक्षात आल्यावर मुले करला, मरला, बघला अशी रचना करताना दिसतात. पण पुढे या शब्दांचे उपनियम चटकन शिकतात. थोडक्यात असे म्हणता येईल की, प्रत्येक अव्यंग मूल भाषा शिकते. अनुकरणाने किंवा आई-वडिलांमुळेही नाही. ऐकलेल्या भाषेच्या मदतीने सर्व मुले अस्थायी स्वरुपाचे (hypothetical rules) आडाखे बनवितात, तपासून पाहतात आणि बरोबर असल्यास सरावाद्वारे ते दृढ करतात व नसल्यास योग्य रचना तत्त्वांचा शोध घेतात.

भाषा ही एक बौद्धिक क्षमता आहे. ती जन्मजात व उपजत असते. परिसरातील भाषा ऐकल्याने ती कार्यान्वित होते. मुले त्यातून रचना-तत्त्वे शोधतात. प्रथम आकलनासाठी व नंतर प्रकटीकरणासाठी त्यांचा वापर करतात. ही व्याकरणिक व्यवस्था तात्पुरती (tentative) असते आणि मोठ्या व्यक्तींच्या व्याकरण व्यवस्थेपेक्षा (Adult language) वेगळी असते. तिचे रूप सारखे बदलत असते. मोठ्यांच्या व्याकरणाशी जुळणारी होईपर्यंत दुरुस्ती प्रक्रिया चालू राहते. या मधल्या पातळीला मध्यभाषा म्हणतात. ही मध्यभाषा मुले भाषाग्रहणाच्या कोणत्या पायरीवर आहेत या स्थितीचे निदर्शक असते. या सर्व भाषावग्रहणाच्या प्रवासात जरी अनुकरण आणि सराव त्यांच्या भाषेचे विशेष असले, तरी प्रकटीकरणामध्ये सहजता, नैसर्गिक नवनिर्मिती ही या काळच्या भाषाभिव्यक्तीची विशेष लक्षणे असतात.

## प्रमुख मुद्दे:

(१) प्रत्येक अव्यंग मूल भाषेचा वापर करते.

(२) भाषाग्रहण क्षमता प्रत्येक बालकात उपजत (innate) असते. या उपजत असलेल्या क्षमतेला चौम्सकी LAD (Language Acquisition Device) असे नाव देतो.

(३) जन्माच्या वेळेस ही क्षमता सुप्तावस्थेत असते आणि परिसरातल्या भाषेच्या संपर्कात आल्यावर ती कार्यान्वित होते.

(४) मूल परिसरात बोलली जाणारी भाषा, जिच्यामुळे ही क्षमता कार्यान्वित होते, तीच भाषा शिकते.

(५) क्षमता कार्यान्वित झाल्यावर मूल परिसरातल्या भाषेतून व्याकरण व्यवस्थेच्या विकासासाठी नियम बांधणीला सुरुवात करते.

(६) व्याकरणिक व्यवस्था आकलनाच्या पातळीवर आधी आत्मसात केली जाते मग भाषा प्रकटीकरणासाठी वापरली जाते.

(७) मुले सर्व व्याकरण एकदमच शिकून घेत नाहीत. त्यांच्या व्याकरणाचे स्वरूप मोठ्यांच्या व्याकरणापेक्षा वेगळे असते.

(८) मुले सर्वप्रथम वारंवारितेच्या आधारावर सर्वसामान्य नियम आत्मसात करतात मग विशिष्ट नियम शिकतात. उदाहरणार्थ, भूतकालीन रचना क्रियापदानंतर 'ला-ली-ले' ही लावल्याने बनते हे ती प्रथम शिकतात. उदाहरणार्थ, 'बस+ला', 'रड+ला'; पण 'ये+ला (आला)', 'कर+ला (केला)' हा 'ला' आधी ग्रहण केला जातो, हे उपनियम मुलांच्या भाषेत नंतर येतात. ही मधली परिस्थिती फार काळ नसते. या मधल्या परिस्थितीला मध्यभाषा म्हणतात.

(९) भाषाग्रहण कोणत्या दिशेने चालले आहे याची मध्यभाषा निदर्शक असते.

(१०) सर्व मुले एकाच पद्धतीने एक शब्द टप्पा, दोन शब्द टप्पा असे टप्पे ओलांडीत सर्व भाषा आत्मसात करतात. ती वाक्यांमधे स्तरीकरण (stratification) करतात, संमिश्र (embedding and complex sentences) वाक्यांचा वापर करतात. मग ती भाषा कितीही संश्लिष्ट असली तरी ही वाटचाल एकसमान असते.

(११) या सर्वांची सांगड मुलांच्या इतर प्रगती बरोबर घालता येते.

(१२) चार वर्षपर्यंत सर्व मुले मूलभूत भाषेच्या संरचनांचे नियम आत्मसात करतात आणि यालाच भाषाग्रहण असे म्हणतात.

भाषा ग्रहण, संपादन व अध्यापन ॥२०॥

**पारिभाषिक शब्द:**

### भाषा ग्रहण क्षमता (LAD)

मुले भाषाग्रहण क्षमता घेऊनच जन्मतात. पण ही क्षमता जन्माच्या वेळेस सुप्तावस्थेत असते. भोवतालच्या भाषेमुळे ती कार्यान्वित होते. या करिता मुलांनी ती भाषा ऐकणे आवश्यक असते. जी मुले जन्मतः बहिरी असतात त्यांना भाषा ऐकण्याची संधी मिळत नाही म्हणून ती मुकी बनतात.

### मध्यभाषा

भाषा ग्रहण करताना टप्प्या-टप्प्याने मुलांची जी भाषा घडत जाते तिचे स्वरूप समजणे महणजे मध्यभाषा समजणे होय. या मुळे मुलांची प्रगती कोणत्या दिशेने चालली आहे हे कळते.

मुले सर्व भाषा एकदम न शिकता क्रमाक्रमाने शिकतात. या मधल्या स्थितीला मध्यभाषा म्हणतात. ही मध्यभाषा मुले भाषाग्रहणाच्या कोणत्या पातळीवर आहेत याची निर्देशक असते. सेलिंकरांच्या लिखाणात मध्यभाषा (inter language) या संकल्पनेचा उल्लेख सर्वप्रथम पाहायला मिळतो. सेलिंकरांना ही गोष्ट द्वितीय भाषा आत्मसात करताना दिसून आली.

### भाषा ग्रहण

एखाद्या भाषेच्या संपर्कात आल्याने त्या भाषेचे व्याकरणिक स्वरूप आत्मसात करून संप्रेषण करण्याची क्षमता मिळविणे म्हणजे भाषा ग्रहण होय. ही प्रक्रिया दोन

*महिन्यांपासून सुरू होऊन चार वर्षापर्यंत अतिशय पद्धतशीर (systematic) आणि गतिमान स्वरूपाची असते.*

## १.४ भाषाग्रहण क्षमतेत मेंदूचे कार्य

भाषाग्रहण क्षमतेचे मुख्य रहस्य मानवी मेंदूच्या रचनेत दडलेले आहे. उत्पत्तीच्या दरम्यान मानवामध्ये भाषा क्षमता विकसित झाली. माणूस सरळ उभा राहू लागला. त्याच्या शरीरात अनेक बदल झाले. श्वसन आणि खाणे याव्यतिरिक्त 'कथन' हे आपल्या वाग्यंत्राचे नवे काम बनले. या दरम्यान वाग्यंत्राच्या हालचालींवर त्याने ताबा मिळविला. याच काळात मानवी शरीरात इतरही अनेक बदल झालेले पाहण्यात येतात. त्याची नखे सौम्य झाली, जबडा लहान होऊन यातले बरेचसे अवयव आतल्या बाजूला गेले. स्वरयंत्र पीटिका खाली सरकली. त्यात असलेल्या स्वरयंत्रावर मानवाने ताबा मिळविला. ओठ लवचिक झाले. पडजीभ आणि पडजिभेच्या हालचाली तो आपल्या मनाने करू लागला आणि आपल्या मताप्रमाणे ध्वनींचा उच्चार करू लागला.

हे सर्व होताना त्याच्या मेंदूच्या रचनेतही बदल झाला. दात आणि नखे गमावून बसलेल्या मनुष्य प्राण्याला जीव वाचविण्यासाठी इतर उपाय शोधावे लागले. या प्रयत्नात तो शिकार करण्यासाठी साधने बनवू लागला. गतिमान व प्रचंड प्राण्यांची शिकार तो एकट्याने करू शकत नसल्याने इतरांची मदत घेणे, त्यांना सूचना करणे, वगैरेची गरज निर्माण झाली, आणि हळूहळू त्यासाठी भाषेचा विकास झाला. याचा प्रत्यय आपल्याला मानवी मेंदूत दिसून येतो. अंगठ्याचा वापर, हातांचा वापर आणि वाणी यांसाठी मेंदूमध्ये केंद्रे तयार झाली. याकरिता मूळ मेंदूमध्ये दोन बदल झाले. मुख्य मेंदूवर आणखी एक मेंदू तयार झाला. ज्याला

कॉर्टेक्स म्हणतात. जन्माच्या वेळी कॉर्टेक्समध्ये भरपूर न्यूरॉन्स म्हणजे मज्जापेशी असतात. या मज्जापेशीच्या साहाय्याने आपली सर्व उद्बोधन क्रिया चालते. जन्माच्या वेळेस मेंदू अत्यंत तरल अवस्थेत असतो आणि मज्जापेशींच्या विशाल संख्येच्या उपस्थितीमुळे मुलांची बुद्धी फार तल्लख असते. मेंदूमध्ये हळूहळू बाजूकरणाची (lateralization) प्रक्रिया सुरू होते आणि मेंदूचे दोन भाग पडू लागतात. या दोन भागात मेंदू आपल्या सर्व कामांची विभागणी करून घेतो. या बाजूकरणामुळे डावा आणि उजवा मेंदू असे दोन भाग पडतात. डाव्या मेंदूत भाषा केंद्रे आहेत. डाव्या मेंदूच्या पुढच्या भागात प्रकटीकरणाचे केंद्र आहे, याचे नाव ब्रोका क्षेत्र असे आहे. या केंद्रामुळे आपण बोलू शकतो. ब्रोका नावाच्या शल्य चिकित्सकाच्या हे लक्षात आले की मेंदूच्या इतर भागाला गंभीर इजा झाली तरी, अपघात झालेली व्यक्ती अपघात कसा झाला ते सांगू शकत होती. त्याच्या मृत्यूनंतर शव विच्छेदनात त्याचे भाषा प्रकटीकरण केंद्र कार्यशील होते हे दिसले. मेंदूच्या मागच्या बाजूला भाषाग्रहण केंद्र आहे. भाषिक संवेदना वहन करून त्याद्वारे व्यक्त अर्थ उमगण्याची क्षमता या केंद्रात आढळून येते. या केंद्राला वेरनिक्स केंद्र म्हणतात. वेरनिक्स आणि ब्रोका ही भाषा केंद्रांचा शोध लावणाऱ्या न्यूरोसर्जनांची नावे होत. शवविच्छेदनानंतर या डॉक्टरांच्या असे लक्षात आले की, मेंदूत इतर ठिकाणी इजा झाली तरी त्यांची भाषा शाबूत असते पण अपघात किंवा पक्षघाताने या केंद्रांना इजा झाली तर व्यक्तिची भाषा शाबूत नसते.

न्यूरॉन्सची कार्ये व भाषांचे केंद्रीकरण व बाजूकरण, लहानपणापासून ती हळूहळू विकसित होतात, तत्पूर्वीची सर्व मांडणी तरल असते. मेंदूमध्ये मज्जापेशी खूप मोठ्या संख्येत उपस्थित असतात आणि मेंदू अतिशय कार्यक्षम असतो. वयाच्या दोन

महिन्यांपासून चार वर्षांपर्यंत मुले भाषा हे ज्ञानप्राप्तीचे साधन म्हणून आत्मसात करतात. नंतर चार ते सात वर्षे या वयात त्यांना ज्ञान-ग्रहण सहजप्राप्त होते. सात ते बारा वर्षे या वयात त्यांच्या इतर बौद्धिक क्षमतांचा विकास होताना दिसतो. या काळात बाजूकरण आणि भाषा केंद्रीकरणाचे कार्य हळूहळू घडत असते. १२ ते १८ वर्षे या वयात न्यूरॉन्सची संख्या झपाट्याने कमी होत जाते आणि १८ ते २१ वर्षे या वयात ही न्युरौन्स कमी होण्याची गती अजून वाढते आणि एकविसाव्या वर्षा नंतर ती स्थिर होते. म्हणजे आपल्याला आवश्यक त्या मज्जापेशींची संख्या आपल्या मेंदूत स्थिर होते. चाळीस वर्षांनंतर हा प्रवास उलट्या पद्धतीने सुरू होतो. चाळीस ते पन्नास वर्षे या वयात मज्जापेशींची संख्या खूप धीम्या गतीने कमी होते, व हळू हळू मज्जापेशी मृत होऊ लागतात, ५०-६० वर्षांपर्यंत ही गती वाढते. म्हणून ही अवस्था 'साठी बुद्धी नाठी' मराठीमधे किंवा 'सठिया जाना' हिंदी मधे म्हणी रूपांत पाहायला मिळते. त्यानंतर मात्र ही मज्जापेशी मृत होण्याची गती तीव्र होते. पण मनोवैज्ञानिकांचे म्हणणे असे आहे की, बुद्धिमत्तेला सतत आव्हाने देत राहिल्यास मृतपेशींना डावलून इतर मज्जापेशी बौद्धिक कामे करीत राहतात. आणी मेंदूचे वजन फारसे घटत नाही.

मेंदूमधे बाजूकरण (lateralization) होते, याचा अर्थ असा की मेंदूचे दोन अर्धगोल बनतात. मेंदूचे डाव्या व उजव्या दोन्ही बाजू आपापल्यासाठी शारीरिक कार्य वाटून घेतात. डाव्या बाजूला भाषा व सर्व विश्लेषणात्मक (analytical) कार्य कार्यान्वित होतात तर उजव्या बाजूला सर्जनशीलता, साहित्याची जाण, सहवेदन व संवेदन क्षमता आणी रसिक आस्वादन वगैरेची क्षमता विकसित होतात.

### १.४.१ भाषेचे केंद्रीकरण

मेंदूच्या डाव्या अर्धगोलात भाषाग्रहण आणि आकलन व भाषा प्रकटीकरण घडते. मेंदूच्या दोन्ही अर्धगोलांना जोडणारी पीळ असलेली दोरी सारखी एक पेशी, एक रेषा असते. तिला कॉरपस कलोसम (corpus callosum) असे नाव आहे. ही डाव्या बाजूच्या संदेशांना उजव्या बाजूला व उजव्या बाजूचा संदेशांना डाव्या बाजूला पोचवण्याचे  काम करते. म्हणजे डाव्या बाजूला ग्रहण केलेला संदेश ग्रहण करून अर्थ समजला जातो. मग संदेश उजव्या बाजूला जातो, तिथे प्रतिक्रियेचे विश्लेषण व संश्लेषण होते व संदेश पुन्हा डाव्या बाजूला पाठविला जातो व भाषा प्रकटीकरण केंद्राद्वारे संदेशन केले जाते.

### १.४.२ बाजूकरण व संवेदनक्षम काळ

बाजूकरणाच्या या काळाला संवेदनक्षम काळ (critical period) म्हणतात, कारण या दरम्यान बुद्धीचा विकास अत्यंत गतिशील असतो. ग्रहण क्षमता तीव्र असते. याच काळात मज्जापेशींची संख्याही भरपूर प्रमाणात असते आणि मेंदूची स्थिती अत्यंत तरल असते. म्हणून असे मानले जाते की, या काळात निदान एका भाषेतील सर्व कौशल्ये पक्की केली गेली पाहिजेत. हे एका भाषेचे ज्ञान नंतर इतर भाषा शिकताना उपयोगी पडते व भाषा संपादन सहज शक्य होते.

### प्रमुख मुद्दे:

(१)	*उत्क्रांतीच्या दरम्यान मानवी शरीरामध्ये आणि त्या अनुषंगाने मेंदूच्या रचनेमध्ये बदल होत गेला. या कारणाने मनुष्य प्राणी इतर प्राण्यांपेक्षा वेगळा झाला.*

(२) मेंदूमध्ये कोरटेक्स आणि निओकांस्टेक्स नावाचे मेंदू तयार झाले. म्हणजे या मेंदूचे दोन भाग झाले. डावा व उजवा अर्धगोल. दोन्हींना जोडणारी एक विभाजन रेषा असते, तिला corpus callosum असे नाव आहे. दोन्ही अर्ध गोलातील संदेशांची ने-आण करण्याचे काम या रेषेद्वारे घडत असते.

(३) डाव्या मेंदूच्या अर्धगोलात भाषाग्रहण व भाषाप्रकटीकरणाची केंद्रे आहेत. भाषाग्रहण केंद्र म्हणजे वेरनिक्स एरिया, हे मेंदूच्या मागच्या बाजूला असते. प्राप्त होणारे सर्व मौखिक भाषा संदेश हे केंद्र विश्लेषण करून त्याचा अर्थ उमजून घ्यायला मदत करते. याच अर्धगोलात पुढच्या बाजूला प्रकटीकरण केंद्र म्हणजेच ब्रोका क्षेत्र (ब्रोकाज एरिया) असते. वेरनिक्स केंद्रा द्वारे ग्रहण केला संदेश कॉर्पस कलोसमद्वारे उजव्या बाजूला पाठविला जातो, तिथे त्याचे विश्लेषण व संश्लेषण होऊन ते पुन्हा डाव्या बाजूला येऊन ब्रोका केंद्राद्वारे संदेश प्रकट केला जातो. थोडक्यात, वेरनिक्स केंद्र संदेश समजण्यासाठी तर ब्रोका क्षेत्र तो बोलून सांगण्यासाठी असतात. संदेश हे पंचेंद्रीयाच्या मदतीने मुलांपर्यंत पोहोचते, अर्थ समजण्यात पूर्ण मेंदूचा सहभाग असतो हे कळते.

(४) जन्माच्या वेळेस मेंदूची स्थिती तरल असते आणि मेंदूमध्ये मज्जापेशी अनेक संख्येत असतात, म्हणजेच मेंदूमध्ये असंख्य मज्जापेशी असतात. मग बाजूकरणाची प्रक्रिया सुरू होते.

(५) बाजूकरणाच्या काळात दोन्ही अर्ध गोल आपापसात सर्व कार्ये वाटून घेतात. डाव्या अर्धगोलात भाषा केंद्रे असतात व तेथे प्राथमिक विश्लेषणात्मक कार्य (analytical *activities)* घडते. संदेशन फार गुतागुंतीचे असते. त्यांचे संश्लेषण उजव्या अर्धगोलात होत असावे. बहुधा उजव्या अर्धगोलात सर्जनशीलतेचा, सहवेदना- संवेदना आदिंचा विकास होतो. म्हणजे उजव्या गोलात रसिक आस्वादन जसे आनंद व प्रसन्नता देणारे कार्य घडते.

(६) केंद्रीकरण म्हणजे मेंदूच्या डाव्या बाजूला होणारा भाषा केंद्राचा विकास वयाच्या दुसऱ्या महिन्याला याची प्रक्रिया सुरू होते. त्याचा पहिला टप्पा चार वर्षे वयापर्यंत असतो. दुसरा टप्पा सात, तिसरा बारा, चौथा अठरा व पुढे एकवीसाव्या वर्षी भाषाग्रहण प्रक्रिया आणि सर्व बौद्धिक क्षमतांचा पूर्ण विकास होतो. बारा वर्षापर्यंतच्या काळाला संवेदनक्षम काळ किंवा *critical period* म्हटले जाते.

(७) थोडक्यात असे महणता येईल की भाषा ग्रहण आणि प्रकटीकरण जरी मुखयतवे डाव्या मेंदूने होत असले तरी कौरपस कलोसममुळे भाषा विश्लेषण आणि संश्लेषणचे कार्य सबंध मेंदू करीत असतो.

## १.५ भाषाग्रहणाचे टप्पे

सर्व माणसे बोलतात. कोणताही समाज असो, त्याला आपली भाषा असते. या सर्व भाषांत शब्द असतात. त्यांना व्यक्त करण्यासाठी स्वनिम व्यवस्था असते व वाक्ये असतात. या वाक्यांचे विधानात्मक, नकारात्मक व प्रश्नार्थक असे स्वरूप असते. भाषेत नामे असतात, क्रियापदे असतात आणि त्यांची गुणवैशिष्ट्ये सांगणारी विशेषणे व क्रियाविशेषणेही असतात. वाक्यात या सर्व घटकांमध्ये संबंध जुळविण्यासाठी अव्यये असतात. हे सर्व करण्यासाठी अगदी शिस्तबद्ध अशी नियमव्यवस्था असते. तिलाच व्याकरण असे म्हणतात.

व्याकरण समजून घेणे व मग ते आत्मसात करणे म्हणजे भाषेचे ज्ञान मिळविणे होय.

### १.५.१ स्वनिम व्यवस्थेचा विकास

या अशा गुंतागुंतीच्या व्याकरण व्यवस्थेची भाषाग्रहण प्रक्रिया अगदी सहजतेने व स्वाभाविकरित्या सुरू होते.

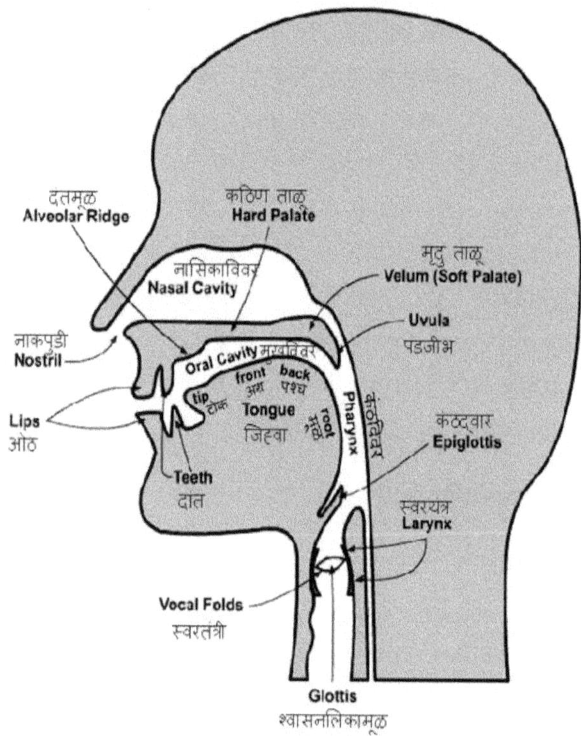


## मानवी वाग्यंत्र

मुले सर्वप्रथम स्वतःच्या वाग्यंत्रातील पेशीवर प्रभुत्व मिळवितात. पालकांच्या भाषेतील सुरयोजन (phonetic sensibility) आणि सुरावटीकडे मुलेचे विशेष लक्ष असते. म्हणजेच मुले अगोदर

भाषेतील उतार चढाव (intonation pattern) आणि लय (rhythm) समजून घेतात. नंतर प्रत्यक्ष स्वनिमांचा विकास होतो. मुले आपल्या भाषेतील स्वनिम कशी शिकतात हे एक रहस्यच आहे. पण ती भोवतालच्या प्रत्यक्ष भाषेतून स्वतंत्रपणे स्वनिमे निवडून आपली स्वनिम व्यवस्था तयार करीत असावीत असे वाटते. त्यांच्या प्रकटीकरणाचे टप्पेही अनेक असतात; म्हणजे, प्रथम मुले पडजीभेवर ताबा मिळवता मिळवता मौखिक व नासिक्य ध्वनींचा भेद करायला शिकतात. नंतर ओष्ठ्य, दंत्य, कंठ्य ध्वनींचा उगम होतो.

<table>
<tr><td colspan="9" align="center">मराठी भाषेतील व्यंजन ध्वनि</td></tr>
<tr><td></td><td></td><td></td><td>ओष्ठ्य</td><td>दंत्य</td><td>दंतमूलीय</td><td>मूर्धन्य</td><td>कंठ्य</td></tr>
<tr><td rowspan="4">स्पर्श</td><td rowspan="2">अघोष</td><td>अ.प्रा.</td><td>प</td><td>त</td><td></td><td>ट</td><td>क</td></tr>
<tr><td>म.प्रा.</td><td>फ</td><td>थ</td><td></td><td>ठ</td><td>ख</td></tr>
<tr><td rowspan="2">सघोष</td><td>अ.प्रा.</td><td>ब</td><td>द</td><td></td><td>ड</td><td>ग</td></tr>
<tr><td>म.प्रा.</td><td>भ</td><td>ध</td><td></td><td>ढ</td><td>घ</td></tr>
<tr><td>नासिक्य</td><td>सघोष</td><td></td><td>म</td><td>न</td><td></td><td>ण</td><td>-</td></tr>
<tr><td rowspan="4">स्पर्श-<br>घर्षक</td><td rowspan="2">अघोष</td><td>अ.प्रा.</td><td></td><td>च़</td><td></td><td>च</td><td></td></tr>
<tr><td>म.प्रा.</td><td></td><td>-</td><td></td><td>छ</td><td></td></tr>
<tr><td rowspan="2">सघोष</td><td>अ.प्रा.</td><td></td><td>ज़</td><td></td><td>ज</td><td></td></tr>
<tr><td>म.प्रा.</td><td></td><td>झ़</td><td></td><td>झ</td><td></td></tr>
<tr><td rowspan="2">घर्षक</td><td>अघोष</td><td></td><td></td><td>स</td><td>श</td><td>ष</td><td></td></tr>
<tr><td>सघोष</td><td></td><td></td><td></td><td></td><td></td><td>ह</td></tr>
<tr><td>पार्श्विक</td><td>सघोष</td><td></td><td></td><td></td><td>ल</td><td>ळ</td><td></td></tr>
<tr><td>लुंठित</td><td>सघोष</td><td></td><td></td><td></td><td>र</td><td></td><td></td></tr>
<tr><td>अर्धस्वर</td><td>सघोष</td><td></td><td>व</td><td></td><td></td><td>य</td><td></td></tr>
</table>

- अ.प्रा. = अल्पप्राण, म.प्रा. = महाप्राण

| मराठी भाषेतील स्वर ध्वनि | | | |
| --- | --- | --- | --- |
| | अग्र | मध्य | पश्च |
| उच्च | इ | अ | उ |
| निम्न | ए | आ | ओ |

- *'ऋ' हे संस्कृत भाषेत स्वर आहे, पण मराठीत त्याचा उच्चार 'र्+उ' होत आहे.*
- *ऐ आणि औ हे स्वरयुग्म आहेत. भाषाविज्ञानात त्यांना स्वर म्हणत नाहीं.*

त्यातही काही मुले कंठ्य स्फोट ध्वनी (म्हणजे क, ख, ग, घ) अगोदर उच्चारतात तर काही नंतर. महाप्राण स्फोट (ख, घ, छ, ठ, ढ, थ, ध, फ, भ) ध्वनीं शिकताना प्रथम सघोष ध्वनी येतात व नंतर अघोष. हे उच्चारभेद जाणीवपूर्वक साधून बोलले जातात. महाप्राण ध्वनींचे उच्चारण बऱ्याच उशिरा ऐकायला मिळतात. य, ल, र या ध्वनींचे उच्चारण क्रमाक्रमाने प्रकट होतात. घर्षक ध्वनीही आधी स्फोट ध्वनीसारखे असतात. 'श' किंवा 'स' ला 'थ' किंवा 'छ' म्हणणे हे बरेच वेळा दिसून येते. उच्चारणदृष्ट्या जरी हे ध्वनी सारखेच दिसले तरी त्यांच्यातील भेद मुलांनी आकलन पातळीवर समजून घेतलेला असतो. 'जयश्री' जरी आपल्याला 'दयती' किंवा 'जयची' असे म्हणत असली तरी तुमच्याकडून ती योग्य उच्चाराची अपेक्षा करते, नव्हे, तसा आग्रह धरते. मॅक्लाफलिनच्या मते हे सर्व भाषाग्रहणासंबंधी खरे असते.

मॅक्लाफलिन आपले एक निरीक्षण सांगतांना म्हणतात की, बराच वेळ मैदानात एकटाच खेळणारा मुलगा जेव्हा मैदानाबाहेर येतो तेव्हा आपल्या आईला मिठी मारून म्हणतो, "Mommy I wuv you", आणि आई "Jimmy, I wuv you too" असे म्हणते तेव्हा तो असे म्हणतो "No mommy, not wuv wuv". या छोट्या मुलाला आपल्या आईने आपले बोबडे अनुकरण केलेले

आवडत नाही. इथे या शब्दाचा योग्य उच्चार, श्रवण व आकलन पातळीवर त्याला माहीत असतो, आणि आईने तो तसाच करावा असा त्याचा आग्रह असतो.

आपल्या वाग्यंत्रामध्ये अनेक प्रकारच्या असंख्य ध्वनींचे उच्चारण करण्याची क्षमता आहे. पण प्रत्येक भाषा काहीच ध्वनी निवडते व त्या ध्वनींना एका व्यवस्थेत बांधते. भाषाग्रहण क्षमता कार्यान्वित झाल्यावर मुले ही स्वनिम व्यवस्था टप्प्याटप्प्याने ग्रहण करतात.

|  | Bilabial | Labio-dental | Dental | Alveolar | Post-alveolar | Retroflex | Palatal | Velar | Uvular | Pharyngeal | Glottal |
|---|---|---|---|---|---|---|---|---|---|---|---|
| Plosive | p b |  |  | t d |  | ʈ ɖ | c ɟ | k ɡ | q ɢ |  | ʔ |
| Nasal | m | ɱ |  | n |  | ɳ | ɲ | ŋ | N |  |  |
| Trill | ʙ |  |  | r |  |  |  |  | R |  |  |
| Tap or flap |  | ⱱ |  | ɾ |  | ɽ |  |  |  |  |  |
| Fricative | ɸ β | f v | θ ð | s z | ʃ ʒ | ʂ ʐ | ç ʝ | x ɣ | χ ʁ | ħ ʕ | h ɦ |
| Lateral fricative |  |  |  | ɬ ɮ |  |  |  |  |  |  |  |
| Approximant |  | ʋ |  | ɹ |  | ɻ | j | ɰ |  |  |  |
| Lateral approximant |  |  |  | l |  | ɭ | ʎ | ʟ |  |  |  |

वैश्विक भाषेतील व्यंजन ध्वनि (IPA)

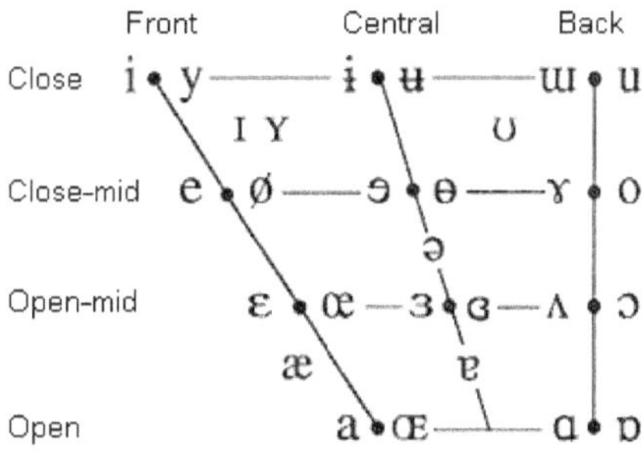


Where symbols appear in pairs, the one to the right represents a rounded vowel.

वैश्विक भाषेतील स्वर ध्वनि (IPA)

बहुधा सर्व भाषांमध्ये बाहेर जाणाऱ्या हवेच्या मदतीने ध्वनींची निर्मिती केली जाते. बहुधा फुप्फुसातून बाहेर जाणारी सर्व हवा जेव्हा कोणत्याही अडथळ्याशिवाय जाते आणि बाहेर जाणाऱ्या हवेत ओठ, जीभ व जबडा यांच्या सहाय्याने आकार दिला जातो, तेव्हा स्वर ध्वनी तयार होतात. बाहेर जाणाऱ्या हवेत जेव्हा काही अडथळा तयार केला जातो, तिला सहजपणे बाहेर जाऊ दिले जात नाही, तेव्हा अशा तऱ्हेने तयार झालेल्या ध्वनींना व्यंजन म्हटले जाते. स्वर, व्यंजन आणि त्यांच्या सुरावटीने स्वनिम व्यवस्था बनते. कोकेशन पर्वतराजीत बोलल्या जाणाऱ्या 'अबखस' नावाच्या भाषेत सर्वांत जास्त (७१) स्वनिम ध्वनी आढळतात. तर 'हवाई' भाषेत सर्वांत कमी म्हणजे १३ स्वनिम आढळतात. मराठीमध्ये ३८ स्वनिम आहेत. आपल्या वर्णमालेतील क्ष, श्र, त्र, ज्ञ स्वनिम नसून स्वनिम-समूह आहेत आणि एकाहून अधिक स्वनिमाने बनले आहेत (क्ष>क्+श्+अ, श्र>श्+र्+अ, त्र>त्+र्+अ, ज्ञ>द्+न्+य्+अ).

## १.५.२    व्याकरण व्यवस्थेच्या ग्रहणाचे टप्पे

लहान मुलांच्या भाषेचे स्वरूप रचनाबद्ध असे असते. त्यात एक व्यवस्था असते. शब्द आणि शब्द-समूह नियमबद्धपणे भाषिक आकृतिबंधात मांडलेले असतात. एकरेखीय रचना फार अल्पशा काळात स्तरीकरणांचे रूप घेते (उदाहरणार्थ, 'तो मागे उभा आहे' चे 'मागे उभा असलेला तो (मुलगा)...' असे होते). लहान मुलांची भाषा प्रौढांच्या भाषेपेक्षा वेगळी असते आणि टप्प्याटप्प्याने ती प्रौढांच्या भाषेच्या समतुल्य बनते.

जगातील सर्व मुले, मग ती कोणतीही भाषा बोलणारी असोत, आपल्या भाषेची सुरुवात एका शब्दाने करतात. एका शब्दावरून

दोन शब्द टप्पा, तीन शब्द टप्पा असे टप्पे ओलांडत संपूर्ण भाषिक व्यवस्था आत्मसात करतात.

### १.५.२.१ एक शब्द टप्पा

आठ महिन्यांनंतर सुरू होणारा हा टप्पा बारा महिन्यांपर्यंत (म्हणजे एक वर्षापर्यंत) चालू असतो. प्रत्यक्ष अर्थपूर्ण शब्द सुरू होण्यापूर्वी मुले बरीच निर्हेतुक बडबड करतात. या बडबडीला इंग्रजीत babbling stage असे म्हणतात. (मुले निर्हेतुक बडबडही बरेच वेळा करतात, मी तर पालकांना काळजी करताना ही पाहिले आहे. माझ्या शेजारच्या बाई एकदा काळजीने म्हणाल्या देखील 'ही फार कचकच बोलत राहते पण काही कळत नाही. ही पुढे जाऊन बोलेल की नाही याची काळजी वाटते'.)

याच काळात वर सांगितल्या प्रमाणे वाग्यंत्राच्या पेशी वर ताबा मिळवला जातो. त्यातूनच मग जाणीवपूर्वक शब्दांचा वापर हळूहळू सुरू होतो. आई-वडील किंवा सांभाळ करणाऱ्या व्यक्ती त्यांचा अर्थ समजू शकतात. हे शब्द केवळ एक शब्द नसून संपूर्ण वाक्याचे प्रतिनिधित्व करतात. उदाहरणार्थ, 'दुदू' हा एक शब्द 'दूध दे', 'ते पहा दूध', 'दूध सांडलं', 'दूध आण', 'दूध आणलं', 'दूध प्यायले/प्यायलो' असे अनेक अर्थ उलगडतो. या बोलण्यात संदर्भाला फार महत्त्व असते. तसेच त्याच्या जोडीला बाळाने केलेले हातवारे, हाव-भाव यातूनही अर्थ समजायला फार मदत होते. साधारणपणे हे शब्द व्यक्ती व वस्तूंशी संबंधित असतात. हे शब्द फार मोठे नसतात आणि बहुतेक वेळा ते एक किंवा दोन स्वरखंडांचे बनलेले असतात. दोन स्वरखंडाचे शब्द बहुधा द्वित्व किंवा पुनरावृत्तीय स्वरूपाचे असतात. दुदू, मम्मं, बाबा, दादा, तोतो वगैरे. हे सर्व शब्द मूर्त असतात. बाळाच्या अनुभवातले व परिसरातले असतात.

मुलांच्या भाषेच्या या टप्प्यावर आपल्याला कोणत्याही व्याकरणाची रचना मांडणे शक्य नसते. मात्र मुख्य स्फोट स्वनिमांचे आकलन स्पष्ट झालेले आढळते. उच्चारण ही मोटर (motor) प्रक्रिया असल्यामुळे प्रकटीकरण मात्र अजून स्वच्छ व स्पष्ट होत नाही.

### १.५.२.२ दोन शब्द टप्पा

या टप्प्यात मुले दोन शब्द एकत्र मांडण्याचा प्रयत्न करतात. या दोन शब्दांत साधारणपणे एक शब्द स्थिर आणि दुसरा बदलणारा असतो. उदाहरणार्थ, 'बाबा नाई', 'बाबा देला', 'बाबा वल' (बाबा दिसत नाहीत, बाबांनी दिल, बाबा वर पहा) किंवा 'बाबू ममं', 'ममं गम' (बाळाला जेवण पाहिजे, जेवण गरम आहे). या टप्प्यातही हावभाव व शरीराच्या हालचालींना महत्त्व असते. भाषेचा हा टप्पा फार कमी काळ असतो. त्यांच्या या शब्दांना साधारणपणे नामे आणि क्रियापदे या दोन गटात विभागता येते. साधारणपणे ६ ते ८ महिने टिकणाऱ्या या काळात शब्दांच्या जाती विकसित होताना दिसतात. स्थिर-शब्द शब्दांच्या प्रमुख जातीशी मिळत्याजुळत्या असतात. पण मुले फार लवकर तीन शब्द टप्प्याकडे वळताना दिसतात.

### १.५.२.३ तीन शब्द टप्पा

हा टप्पा १८ ते २० महिन्यांच्या दरम्यान सुरू होतो. या काळात मुलांची शब्द-संपत्ती फार वेगाने वाढते आणि त्याच बरोबर शब्दांची जातीप्रमाणे वर्गवारी करणे, संदर्भ समजून घेणे, कोण आले, कोण गेले, काय दिसले किंवा काय नाहीसे झाले, वस्तू कोणाची, वस्तूंच्या नावांचा शोध घेणे इत्यादी प्रक्रियांच्या संदर्भात प्रत्यक्ष बोलणे सुरू होते. एखादी गोष्ट मागणे, नको म्हणणे, आवड-नावड व्यक्त करणे या क्रिया आकार धरू लागतात. शब्द-

संपत्ती इतक्या वेगाने वाढते की, जागेपणीच्या एका तासांत दोन शब्द या अनुपाताने शब्दग्रहण होत असते. शब्द-संग्रहाची ही प्रक्रिया कुमारावस्थेपर्यंत याच वेगाने चालू राहते. उदाहरणार्थ, दोन ते अढीच वर्षे वयात खालीलप्रमाणे शब्द-संपत्ती आढळते.

**वस्तु (नामे):**

खाद्यपदार्थ - मंमं, दुदू

कपडे - फाक (फ्रॉक), छाई (साडी), बुटु (बूट)

गाड्या - पंपं, झुकुझुकु, गादी (गाडी)

प्राणी - भुभू, माऊ

घरातील व्यक्ती - आई, बाबा, आदी (आजी), आबू (आजोबा)

**क्रिया:**

हालचालीबद्दल - देया (गेला)

तोतो (आंघोळीसाठी)

चाल-चाल / च्या च्या करणे

छंपा (संपलं)

**विशेषणे / क्रिया विशेषणे:**

मोथा (मोठा), याक, ची ची (छी छी)

**अव्यये:**

नतो (नको), टाटा, बाय-बाय, भुल (भुर्र)

याच दरम्यान व्याकरणही रचले जाते. केवल वाक्ये व संयुक्त वाक्यांचे स्वरूप स्पष्ट होत जाते. वाक्यातील स्तरीकरणही वेग धरू लागते. 'तू आणलेले पेन दे', 'आता आला तो मुलगा कुठे आहे?' इत्यादी संमिश्र वाक्यांचे आकुंचनही पाहायला मिळते. शब्द-संपत्ती तर इतक्या वेगाने वाढते की त्यांचा हिशोब ठेवणे अवघड होऊन बसते. या टप्प्याच्या सुरुवातीला शब्द व प्रत्यक्ष संदर्भ यामध्ये घट्ट नाते आढळते. पण पुढे त्याचे अमूर्तीकरण

होताना दिसते. शब्दांसंबंधी वेगवेगळे प्रयोग करणे, शब्दांद्वारे काल्पनिक जग उभे करणे हेही मुलांच्या या दिवसातील भाषेचे वैशिष्ट्य असते.

### १.५.२.४ चार वर्षांनंतरचा काळ

वर सांगितल्याप्रमाणे वाक्यांचे स्तरीकरण चार वर्षे होता होता पूर्ण होते. वाक्यांच्या पातळीवर जवळजवळ ९५ टक्के नियम आत्मसात केले जातात. वाक्यात वाक्यांचे तुकडे (पद समूह) घालून मोठी वाक्यरचना करणे, विशेषणे व क्रियाविशेषणांचा मुक्त वापर करणे, केवल वाक्याबरोबर संयुक्त आणि संमिश्र वाक्यांचा उपयोग करणे, वाक्यात वाक्ये घालून (embedding) नवनवीन रचना करणे इत्यादी भाषिक नियमांचे वेगवेगळे प्रयोग करीत नवीन रचना बनविण्याचा छंदच या वयात जडतो.

भाषाग्रहणाचा अभ्यास करणाऱ्या शास्त्रज्ञांच्या मते चार ते सात या वयाचा काळ मुलांच्या आयुष्यात फार महत्त्वाचा असतो. या काळात मेंदूचा विकास सर्व पैलूंवर होत असतो. मोठ्या संख्येत उपस्थित असलेल्या मज्जापेशींमुळे ज्ञान ग्रहणाची शक्यता अत्यंत तीव्र असते आणि मूळ भाषेच्या मदतीने कोणतेही आव्हान पेलण्यास उद्युक्त असते. भाषाग्रहणाची शक्यता या वयात वेग धरते आणि बघता-बघता मुले ही गुंतागुंतीची व्याकरण व्यवस्था झपाट्याने आत्मसात करतात. भाषा कितीही संश्लिष्ट वा क्लिष्ट असो तिच्याशी संपर्क आल्याबरोबर मुले ही गुंतागुंतीची व्यवस्था सहजतेने आत्मसात करतात. हा काळ त्यांच्या शारीरिक, भावनिक व सामाजिक परिपक्वतेची सुरुवात दाखवितो. भाषेच्या माध्यमाने त्यांच्या इतर विकासालाही गती मिळत जाते. या काळात वाक्यांची लांबी पेक्षा त्यांची घनता (density), संश्लिष्टता (complexity) व स्पष्टीकरण या गोष्टी

आकार घेतात. दोन वर्षे वयाच्या वेळेस शेकड्यात असलेली शब्द संख्या हजाराच्या घरात जाते. शाळेत प्रवेश करते वेळी ती २० हजारांच्या घरात जाते. तिथून बाहेर पडतांना तिची संख्या ५० हजार व सुशिक्षित प्रौढाच्या भाषेत ती सामान्यतः ८० हजारांच्या घरात जाते, पण नेहमी वापरले जाणारे शब्द (active vocabulary) मात्र तीन ते पाच हजारांच्या घरातच असते व इतर शब्द कार्यक्षेत्र, संदर्भ व विषयविशिष्ट असतात. गरजेप्रमाणे ते आठवले जातात व वापरले जातात. ८ ते १२ च्या काळाला  क्रिटिकल पिरीयड म्हणतात.

## प्रमुख मुद्दे

१. प्रत्यक्ष बोलणे सुरू होण्यापूर्वी त्याची पूर्वतयारी श्रवण व श्रवणाद्वारे केलेले आकलन याने होत असते.

२. ३.रभोवतालच्या भाषकांच्या भाषेच्या वापरातून सुरयोजना (intonation/ rhythm) आणि स्वनिम व्यवस्था (phonology) शोधून काढल्यावर मूल भाषा प्रकटीकरणाकडे वळते. ही स्वनिम व्यवस्था आकलनाच्या पातळीवर पूर्वतयारीच्या काळात विकसित झालेली असली तरी तिचे प्रकटीकरण टप्प्याटप्प्यानेच होत असते. कथन हे मोटर स्वरूपाचे असते आणि वाग्यंत्राचे नियंत्रण फार हळूहळू शक्य होते.

३. एक शब्द टप्पा भाषा प्रकटीकरणाचा प्रथम टप्पा असतो. हा शब्द एकच नसून त्याच्यामागे संपूर्ण वाक्य असते. एक शब्द टप्पा २ महिन्यांपासून १८ महिन्यांपर्यंत आढळतो. हावभाव, हातवारे व संदर्भ संप्रेषणासाठी इथे अत्यंत आवश्यक असतात.

४.	दोन शब्द टप्पा एक वर्षापासून सुरू होऊन दोन ते अडीच वर्षापर्यंतचा असतो. यात वाक्यरचनेचे रूप आकार घेताना दिसते. इथे एक शब्द स्थिर व दुसरा बदलता असतो. (उदाहरणार्थ: ताई देली, ताई वल, ताई नाई वगैरे). याच टप्प्यात शब्दांच्या जातींचे वर्गीकरण होताना दिसते. विशेषकरून नामे नामाच्या ठिकाणी, क्रियापदे क्रियापदांच्या ठिकाणी वाक्यात स्थान मिळवायला लागतात. हे सर्व जरी खरे असले तरी अजून त्यांच्या कथनाचे निश्चित व्याकरण मांडता येत नाही. कारण रचना कधी पदसमूह असल्यासारखी वाटते, तर कधी संपूर्ण वाक्य असल्यासारखी वाटते. उदा: ममं गम (जेवण गरम), ममं नतो (जेवण नको).

५.	वयाची अडीच ते तीन वर्षे पूर्ण होता होता मुले तीन शब्दांहून अधिक शब्दांचे वाक्य बनवायला लागतात. कर्ता-कर्म-क्रिया अशी वाक्यरचना उदयाला येऊ लागते व शब्दांच्या जातींची संकल्पना स्पष्ट झालेली दिसते.

६.	पुढे-पुढे संयुक्त व संमिश्र वाक्ये विकसित होतात. शब्द-संपत्ती झपाट्याने वाढते आणि चार वर्षे पूर्ण होता होता मुलांच्या भाषेत दोन ते चार हजार शब्दांचा भरणा झालेला दिसतो.

७.	चार वर्षापर्यंत मुले वाक्य संरचनेच्या विकासाकडे अधिक लक्ष पुरवतात. त्यानंतर मात्र शब्द-संपत्ती न वाढता, त्याद्वारे व्यक्त होणारी अर्थ घनता व त्यांचे अमूर्तीकरण या दोन्ही गोष्टींचा विकास झालेला दिसतो.

८.	याच वेळेस इतर रचनांतरणाकडे मुले वळतात. विधानात्मक वाक्यांबरोवर प्रश्नार्थक, नकारात्मक, आज्ञार्थी वाक्यांचा उदय होतो.

भाषा ग्रहण, संपादन व अध्यापन ▢▢

९.	'भू भू नाई', 'ममं नतो', 'ममं छंदा नाई' या वाक्यां बरोबर याच वयात आजुबाजूचे जग समजून घेण्यासाठी प्रश्नांची सरबत्ती सुरू होते, हे काय, कोण? काय झालं? का? कुठे? कधी? वगैरे प्रश्नाची सरबत्ती इतकी चालू होते की मोठ्यांना त्यांच्या प्रश्नांना तोंड देता देता नाकी नऊ येते.

१०.	या संपूर्ण भाषा ग्रहण प्रक्रियेत अल्पकालीन स्मृति (short term memory) कार्यान्वित असते कारण स्मरणशक्ती अजून विकसित झालेली नसते.

### स्वयं अध्ययनासाठी काही उपक्रमः

१.	दोन टप्प्यातील भाषा भेद समजण्यासाठी दोन वर्षे वयाच्या व पाच वर्षे वयाच्या मुलांच्या भाषेचे निरीक्षण करा व तुमच्या लक्षात आलेल्या मुद्द्यांची नोंद करा.

२.	पाच वर्षे वयाची मुले जेव्हा शाळेत येतात तेव्हा त्यांची स्वनिम व्यवस्था पूर्ण झालेली नसते, तर कोणत्या ध्वनींच्या बाबतीत भाषाग्रहण पूर्ण झालेले नाही ते शोधून काढा आणि त्याची नोंद करा.

३.	भाषा ग्रहणाचे टप्पे कोणते? एक शब्द या टप्प्याची विशेष लक्षणे सांगा.

## १.५.३ अर्थ ग्रहण आणि त्याची क्रमवारिता

ध्वनी आणि वाक्यरचनेचे नियम आत्मसात करण्याचा मुख्य हेतू 'आकलन' व 'अर्थ ग्रहण' हा असतो. केवळ शब्द जरी संपूर्ण अर्थ व्यक्त करण्यासाठी पुरेसे असले तरी शब्दार्थांना समजून घेतल्याशिवाय वाक्यार्थाकडे जाता येत नाही. शब्दार्थ समजून घेणे ही अर्थ ग्रहणाची पहिली पायरी आहे. प्रत्येक शब्दावर अर्थाची तीन मूलभूत आवरणे दिसतात.

(१) सांकल्पनिक (Logical constants or Conceptual meaning)

(२) सामाजिक (Social meaning)

(३) भावनिक (Emotional/Affective Meaning)

## (१) सांकल्पनिक:

भाषाग्रहणाच्या प्रथम टप्प्यावरती मुले शब्दांचे सांकल्पनिक अर्थ समजून घेतात. यात शब्दांच्या अर्थघटकांचे विश्लेषण करून त्या आधारे त्यांचे संवर्गात वर्गीकरण केले जाते. हे संवर्ग (sense relation) अर्थ-संबंधावर आधारित असतात. उदाहरणार्थ, कुत्रा, मांजर, गाय, घोडा हे प्राणी आहेत. त्यांच्यात अभिव्यक्त झालेला सजीवपणा व इतर प्राणिमात्रांची वैशिष्ट्ये जसे चार पाय, शेपूट वगैरे त्या सर्वांना एका संवर्गात मांडण्यास मदत करतात. समानार्थी, विरुद्धार्थी, अनेकार्थी, एकार्थी इत्यादी विभिन्न अर्थ-संबंधाच्या आधारे शब्द समजून घेण्यास मदत होते. अर्थघटकांचे विश्लेषण आणि अर्थक्षेत्रांप्रमाणे त्यांचे संवर्गीकरण, अर्थ आकलनाच्या प्रथम टप्प्याची लक्षणे आहेत. याच काळात मुले ह्या शब्दांचे वाक्यरचनेत अर्थाचे वैशिष्ट्यीकरण करायला शिकतात. म्हणूनच या काळात संदर्भ आणि शब्दार्थ ह्यातील सहसंबंध स्पष्टपणे दिसून येत असतो.

## (२) सामाजिक:

अर्थाची दुसरी पायरी, त्यांच्या सामाजिकीकरणाने सुरू होते. भाषाग्रहणात ह्याच काळात सर्वनामांचा उदय होताना दिसतो. मराठी भाषेच्या संदर्भात कुणाला आदर द्यायचा, कुणाला आपलेपणाने वागवायचे ह्यासाठी लागणारी सर्वनामे आणि त्यांचे महत्त्व आत्मसात होऊ लागते. थोडक्यात, भाषेची सामाजिक शिस्त आणि त्यासाठी लागणारे अर्थसंबंध जाणून घेणे ही

प्रौढत्वाकडची वाटचाल असते. सामाजीकरणाची मुख्य गरज असते ती सामावलेपणाची (belongingness). आपण त्या समाजाचे भाग असण्याची जाणीव फार महत्वाची असते. नाही तर त्याच्यात एकाकीपणाची भावना रुजते, जी पुढे जाऊन फार घातक ठरू शकते. कारण यातूनच समान संस्कृतीचे असण्याची भावना रुजते.

## (३) भावनिक:

मुले जसजशी वयाने वाढत जातात, तसतसा त्यांच्यात भावनिक विकास होताना दिसतो. आवडी-निवडी, मानापमान, प्रेम, जिव्हाळा हे अमूर्त अर्थ शब्दांच्या जोडीला येतात. अशा तऱ्हेने सांकल्पनिक शब्द पातळीवर सुरू झालेले शब्द सामाजिक व भावनिक आवरणे चढवून प्रगल्भ भाषेकडे वाटचाल करताना दिसतात.

अधुनिक जगात सामाजिकरण आणि भावनिक प्रगल्भता या दोन्ही गोष्टींना अनन्य साधारण महत्व आहे. या दोन्ही गोष्टी नीट असल्यातर बालक तन आणि मन दोन्ही दृष्टीने सुदृढ बनेल. म्हणून आजकाल बालकांच्या विकासामधे एमोशनल कोशंटला महत्व दिलं जातं.

## १.६ भाषाग्रहणाची सामाजिक बाजू

भाषाग्रहणाची जशी जैविक व मानसिक बाजू असते तशीच सामाजिक ही असते. मूल समाजात वाढते. 'बाळ' म्हणून त्याची जोपासना आजुबाजूची मोठी मंडळी करतात. जगण्याची गरज म्हणून ते भाषा शिकते. म्हणूनच प्रत्येक मूल प्रगल्भतेकडे, प्रौढत्वाकडे वाटचाल करताना भाषेच्या समाजसापेक्ष वापराचे नियम आत्मसात करते. समाजात एक स्थान बनविण्यासाठी,

आपली एक ओळख बनविण्यासाठी ते भाषेचा उपयोग करायला शिकते. आपले नित्याचे व्यवहार करण्यासाठी, जसे, खाणे-पिणे, खेळ-आंघोळ, लाड-कौतुक, त्याला भाषा वापरावी लागते, आणि हे करण्यासाठी त्याला आपल्या भाषेचा विकास साधून घ्यावा लागतो. भाषा शास्त्रज्ञ मायकेल हैलिडेचे म्हणणे आहे की, ही सामाजिक गरज जर नसती तर मानवाने भाषा शिकण्याचा प्रयत्नच केला नसता. प्रत्येक मुलात जैविक क्षमता असल्याचे मान्य करून ते म्हणतात की, भाषा एक सामाजिक घटना आहे. मुले आपले कार्य साधून घेण्यासाठी भाषा वापराकडे प्रवृत्त होतात आणि यासाठी त्यांना समाजातच त्याचे स्वरूप मॉडेल म्हणून उपलब्ध असते. प्रत्येक मूल प्रगल्भतेकडे, प्रौढत्वाकडे वाटचाल करताना भाषा आणि त्याच्या वापराचे नियम आत्मसात करते. हा सामाजिक पैलू जर त्याच्या भाषेत नसेल तर त्याचे भाषाग्रहण पूर्ण मानले जाणार नाही. याच काळात मूल परिसरात बोलल्या जाणाऱ्या भाषेतून व्यवहार करायला शिकते. कोणाशी कसे बोलायचे, कोणाला आदरार्थी संबोधायचे, कोणाला बरोबरीच्या नात्याने वागवायचे हे करण्यासाठी कोणती सर्वनामे व क्रियापदे, रचना वापराव्यात हे ज्ञान ते व्यवहारातून, अनुभवातून ग्रहण करत जाते. आज्ञा करताना कसे बोलायचे, अनुज्ञा कशी करावी, भीती कशी दाखवायची, शरणागती कशी पत्करावी हे सर्व मुले अगदी उत्स्फूर्तपणे (spontaneously) ग्रहण करतात. यासाठी प्रथम इतरांशी आंतरक्रिया करून बरोबर चुकीची खात्री करून घेतात. मग स्वतःशीच बोलून, स्वतःच सर्व भूमिका बजावत ते सर्व संरचनांचा सराव करतात. अशा तऱ्हेने स्वतःशीच संवाद साधत ती भाषिक संरचना दृढ करतात. हे करताना शब्दार्थ, त्यामागची संकल्पना, संज्ञापना याकडे मग ती वळतात. आणखी असे करताना श्रवण-कथन - श्रवण आंतरक्रिया संज्ञापना -

भाषाग्रहण अशा क्रमाने (interpersonal communication - intrapersonal communication conceptualization - interaction) विकासाची वाटचाल करतात.

भाषाग्रहण केलेल्या मुलांना, भाषा कशासाठी ग्रहण केली गेली आहे हे माहित असते. तिचे उपयोग, तिचे व्यक्त-अव्यक्त रूप या सर्वांची जाणीव असते आणि आपले कार्य साधण्यासाठी ती योग्य ठिकाणी, योग्य वेळी, योग्य प्रकारे तिचा वापर करून भाषिक शिस्त दृढ करतात. वर सांगितल्याप्रमाणे या सर्व गोष्टींसाठी त्याच्या अवती-भवती त्यांना मॉडेल्स म्हणून उपलब्ध असतात. त्याचे अनुकरण करून ती संप्रेषण क्षमतेवर (communicative competence) प्राविण्य मिळवितात. याच वेळेला स्त्री-पुरुषां मधील भेद आणि त्यात होणारे भाषिक बदल हे ही व्यवहार योग्य भाषेतील स्वरूप मुलं समजून घेतात.

असे म्हणता येईल की, वयाच्या चौथ्या वर्षापर्यंत ती भाषिक क्षमता (Linguistic competence) आत्मसात करतात व साधारण ६ ते ७ या वयात (त्यांची / त्यांच्यातील) संप्रेषण क्षमता (Communicative competence) विकसित होण्यास सुरुवात होते. मूल जेव्हा या तऱ्हेने भाषा शिकते तेव्हा त्याला भाषा ग्रहण असे म्हणतात.

आपल्याला एकूण असे म्हणता येईल की, जेव्हा शब्दार्थ ग्रहण केला जातो तेव्हा साधारणपणे खालील गोष्टी घडत असतात.

(१) शब्दांचा स्वनिमिक अर्थ कळतो; म्हणजे जर 'पळ' असेल तर तो 'फळ' वा 'बळ' नाही.

(२) त्याचा विधानात्मक (propositional) अर्थ म्हणजे विषयाशी निगडित विधान कोणते याची जाणीव अर्थ निष्पत्तीसाठी आवश्यक असते हे मुलांना कळते.

भाषा ग्रहण, संपादन व अध्यापन ४३

(३)     *वाक्यातले वाक्यांशाचे (phrase) स्थान आणि इतर वाक्यांशी त्याचे सहसंबंध (syntactic) समजते.*

(४)     *सांकल्पनिक अर्थ (semantics / conceptual meaning) समजतो.*

(५)     *भाषा व्यवहाराशी संबंधित अर्थ (pragmatics) वापर कळतो.*

शब्द-ग्रहण या विषयाचा अभ्यास करताना आपण मुख्यत्वे दोन गोष्टींकडे बघतो.

(१)     *शब्द-संग्रह कसा केला जातो.*

(२)     *तो गरजेच्या वेळेस कसा मिळवला (retrieve) जातो.*

तो मिळवतांना (retrieval च्या वेळेस), वर सांगितलेल्या सर्व गोष्टींचा आधार घेतला जातो. उदाहरणार्थ, 'तो मुलगा तिसरीत शिकतो' या वाक्यातील मुलगा शब्द समजून घेताना खालील गोष्टी घडतात.

**स्वनिम व्यवस्था:** मुलगा शब्द म्+उ+ल्+अ+ग्+आ ह्या स्वनिमाने बनला आहे.

**पद व्यवस्था:** तो शब्द सामान्य नाम आहे. तो पुल्लिंगी, एकवचनी, तृतीय पुरुषी आहे.

**वाक्य व्यवस्था:** वाक्यात तो कर्त्याच्या ठिकाणी आहे. तो तिसरीत शिकण्याचे कार्य करतो.

**अर्थ व्यवस्था:** मुलगा एक सजीव, मानवप्राणी, पुल्लिंगी, किशोर वयाचा आहे.

**संप्रेषण व्यवस्था:** मुलगा वयाने लहान असल्याने त्याच्यासाठी आदरार्थी रचना वापरणे गरजेचे नाही.

## प्रमुख मुद्दे:

(१)  भाषग्रहणाला सामाजिक बाजू आहे.

(२)  समाजात वावरण्यासाठी मूल भाषा शिकते.

(३)  असे करताना ते आपली ओळख (identity) निर्माण करते.

(४)  समाजात ते आपले स्थान बनविते (membership of the society).

(५)  या गोष्टी ते भोवतालीच्या व्यवहारातून शिकते. आई-वडील, भाऊ-बहीण, घरातील इतर मंडळी जशी वागतात तसे वागायला शिकते.

(६)  या साठी, श्रवण-आंतरक्रिया (interpersonal communication), नंतर संरचनेचा स्वतःशी संवाद साधून सराव करणे व त्याद्वारे संप्रेषण व संकल्पनांचे घडण, पुन्हा आंतरक्रिया, आत्मसात - केलेल्या गोष्टींचे दृढीकरण या क्रमाने भाषा ग्रहण केले जाते.

(७)  भाषिक क्षमता दोन प्रकारची असते. व्याकरणिक नियम शिकून त्याचा काटेकोर वापर करण्याची क्षमता ही एक प्रकारची. तसेच या नियमांच्या योग्य भाषिक संप्रेषणासाठी वापर करण्याची क्षमता. (व्याकरणिक नियम शिकून त्याचा काटेकोर वापर करण्याची क्षमता हा एक प्रकार; आणि या नियमांच्या योग्य भाषिक संप्रेषणासाठी वापर करण्याची क्षमता हा दुसरा प्रकार). या क्षमतेमुळे भाषा बोलणारा ती योग्य सामाजिक परिस्थितीत योग्य पद्धतीने बोलतो. पहिल्या क्षमतेला भाषिक क्षमता (linguistic competence) व दुसरीला संप्रेषण क्षमता (communicative competence) म्हणतात.

(८)  या दोन्ही क्षमतांचे ग्रहण म्हणजेच भाषाग्रहण.

भाषा ग्रहण, संपादन व अध्यापन ▢▢

**पारिभाषिक शब्दे:**

### Interpersonal communication

इतरांशी संप्रेषण, परस्परातील आंतरक्रिया.

### Intrapersonal communication

स्वतःशी संवाद, यात बऱ्याच वेळा एखाद्या प्रसंगातील सर्व व्यक्तींची भूमिका स्वतः एकट्यानेच करण्याकडे असलेला कल.

### संज्ञापन

शब्दांचे अर्थ समजून घेणे आणि त्यांची व्याप्ती लक्षात घेऊन त्या संकल्पनानां नाव देणे (naming).

### भाषिक शिस्त

समाजात संवादानुरूप करण्यात येणारा भाषेचा वापर.

## स्वयं अध्ययनासाठी काही उपक्रम:

मुले घरांतील मोठ्या माणसांप्रमाणे बोलण्याचा प्रयत्न करतात. अशा प्रसंगांची नोंद ठेवा व त्यांनी कोणत्या भाषा-व्यवहारासाठी त्याचा उपयोग केला ते ठरवा.

२

# भाषासंपादन

## २.१ भाषा संपादनातील विविध घटक

आपला समाज हा बहुभाषिक आहे. आपल्या अवती-भोवती अनेक भाषा बोलल्या जातात. आपल्या परिसरातून अगदी जन्माच्या वेळेपासून जर दोन भाषा ऐकण्याची संधी मिळाली तर मुले दोन्ही भाषांची व्यवस्था एकाच वेळेस शिकून घेतात. अशा मुलांना perfect bilingual किंवा पूर्ण द्वैभाषिक म्हटले जाते. पण साधारणपणे सर्व मुले अगोदर एक भाषा ग्रहण करतात व नंतर ती परभाषकांच्या संपर्कात येतात. असे परभाषकांच्या संपर्कात आल्यामुळे त्यांचा त्या भाषेशी संपर्क येतो आणि ती भाषा आत्मसात करण्याचा प्रयत्न करतात. भाषाग्रहणाच्या अनुभवातून एकदा गेल्यावर जेव्हा एखादे मूल इतर भाषा शिकते त्याला आपण भाषा संपादन म्हणतात. भाषाग्रहण हे मौखिक पातळीवर होत असते. भाषा संपादन मात्र श्रवण, कथन, वाचन व लेखन सर्वांचे केले जाते. खरे तर भाषा ग्रहणाद्वारे आत्मसात केल्या गेलेल्या भाषेला आपण प्रथम भाषा व भाषा संपादनाद्वारे आत्मसात केलेल्या भाषेला द्वितीय भाषा म्हणतो.

## २.२ द्वितीय भाषेचे संपादन

ही दुसरी भाषा (भाषाग्रहणानंतर आपण कितीही भाषा शिकलो तरी तिला द्वितीय भाषाच म्हटले जाते) जशी आपण अनौपचारिकरित्या आपल्या परिसरातून शिकून घेऊ शकतो, तशी

कोणत्याही संस्थेत जाऊनही औपचारिकरित्या, शास्त्रोक्त पद्धतीने शिक्षकांच्या/मार्गदर्शकांच्या मदतीनेही शिकू शकतो. भाषा-संपादनाला वयोमर्यादा नसते. ही दुसरी भाषा कोणत्याही वयात शिकता येते. फक्त स्वनिम व्यवस्था पूर्णपणे आत्मसात केली जात नाही असे भाषा- मनोवैज्ञानिकांचे मत आहे. भाषेचे इतर पैलू (aspects) शिकतानाही अनेक समस्या निर्माण होतात. द्वितीय भाषा संपादनात प्रेरणा (motive), वय (age), अभिवृत्ती (aptitude) इत्यादींनाही महत्त्व असते.

वर सांगितल्याप्रमाणे, भाषा संपादन हे प्रथम भाषेच्या अनुभवातून गेल्यानंतर घडत असते म्हणून भाषा संपादकाला भाषा कशासाठी शिकावी, तिचा उपयोग काय, साधारणपणे तिचे स्वरूप काय असते, तिचे प्रकट/अप्रकट रूप (overt/covert) कसे असते हे सर्व माहित असते, आणि या ज्ञानाचा उपयोग तो नवी भाषा शिकताना करून घेत असतो.

ही दुसरी भाषा औपचारिक वा अनौपचारिक कोणत्याही पद्धतीने आत्मसात केलेली असली, तरी त्याचे टप्पे पाहण्यात आले आहेत. हे सर्व टप्पे समान स्वरूपाचे असतात.

भाषा संपादकाला या नवीन भाशेचे काही ज्ञान नसते. भाषा संपादनकर्ता भाषासंबंधीच्या पूर्वज्ञानाच्या आधारावर तिला वेगवेगळ्या पद्धतीने सामोरे जात असतो. औपचारिक पद्धतीने जर ही व्यक्ती भाषा शिकत असेल तर शिक्षक/मार्गदर्शक तिला या कामात मदत करीत असतो. आपल्याला भाषा येत नाही आणि त्याची व्यवस्था (system) आपल्याला आत्मसात करायची आहे  याची भाषा संपादन करणाऱ्याला जाणीव असते.

भाषा ग्रहण, संपादन व अध्यापन ⍰⍰

हळूहळू त्यांना या नवीन भाषेचे नियम समजायला लागतात. प्रथम भाषेच्या ज्ञानाच्या अनुभवांचा ते येथे उपयोग करून घेतात. याला भाषा संपादनाचा प्रथम पायरी म्हणता येईल.

तुम्हाला माहितच आहे की, भाषेचे एक वैश्विक रूप असते आणि सर्व भाषा मूलतः समान असतात, पण प्रत्येक भाषा मूळ सैद्धान्तिक स्वरूपात काही ठरावीकच परिमितींचा वापर करीत असते आणि म्हणूनच आपल्याला भाषा-भाषांमध्ये भिन्नता दिसून येते. सर्व भाषांमध्ये नामे असतात पण काहींमध्ये तीन लिंगे असतात, काहींत दोन, काहींत ती लिंग शब्दांच्यातच सामावलेली असतात (उदा. मराठी, हिंदी, बंगाली). काहींचे लिंगभेद तार्किक असतात तर काहीच्यात व्याकरणिक. द्रविड भाषांत पुरुष पुल्लिंगी, स्त्रिया स्त्रीलिंगी, इतर सर्व नामे नपुंसकलिंगी; पण मराठीत तसे नाही, चहा पुल्लिंगी, कॉफी स्त्रीलिंगी व दूध किंवा पाणी नपुंसकलिंगी असते, हे लिंगभेद तर्काने समजावून सांगता येत नाहीत. असे भाषाभेद साधारणपणे मुख्य जातींच्या पोट व्यवस्थेत (sub-categorization) दिसून येतात (उदाहरणार्थ, नाम, मुख्य जाती- लिंग, वचन, कारक चिन्हे वगैरे पोट व्यवस्था). प्रथम भाषेच्या व्यवस्थेचे ज्ञान अशा समस्यांना सामोरे जाण्यास काही वेळा उपयोगी पडते, तर काही वेळा अडचणी निर्माण करते. या भाषासंपादनाच्या वेळेस येणाऱ्या अशा तऱ्हेच्या समस्या भाषासंपादनाच्या दुसऱ्या पायरीत प्रकर्षाने जाणवतात, पण या अडचणी चटकन लक्षात येतात व त्या जाणीवपूर्वक टाळणे शक्य असते.

## २.३ भाषासंपादन प्रक्रियेतील येणाऱ्या अडचणी

## २.३.१ प्रथम भाषेमुळे होणाऱ्या अडचणी

प्रथम भाषेच्या हस्तक्षेपाने (Mother Tongue interference) होतात, आणि वर सांगितल्याप्रमाणे त्या अडचणी चटकन लक्षात येतात व प्रयत्नपूर्वक टाळता येतात.

## २.३.२ नवीनभाषेमुळे होणाऱ्या अडचणी

दुसऱ्या प्रकारच्या अडचणी या नव्या शिकत असलेल्या भाषेच्या वेगळ्या संरचनेमुळे तयार झालेल्या असतात. व्याकरणिक व शैलीत असलेल्या भेदामुळे या अडचणी उद्भवतात. उदाहरणार्थ, मराठी भाषेत क्रियापद शेवटी येते तर इंग्रजीमध्ये ते कर्ता व कर्माच्या मध्ये असते. मराठीत अव्यये किंवा क्रियाविशेषणे क्रियापदाच्या अगोदर येतात तर इंग्रजीत नंतर (जोराने धावतो - runs fast). उपपदे ( Articles a, an, the) इंग्रजी भाषेचे विशेष आहेत. रचनांतरण म्हणजे विधानात्मक व्यवस्थेचे नकारात्मक किंवा प्रश्नार्थकमध्ये रूपांतरण करण्यामध्ये, साहाय्यक क्रियापद (helping verb) अनिवार्य असते, म्हणून इंग्रजी शिकताना या अडचणींवर मात करायची असते.

भाषासंपादनाच्या दुसऱ्या पायरीत या तऱ्हेच्या चुका आपल्याकडून होत आहेत हे भाषा विद्याथ्र्याला कळत असते पण त्या नेमक्या कोणत्या व कुठे ते कळत नाही.

त्याच्या पुढच्या तिसऱ्या पायरीत या चुका कोणत्या ते विद्याथ्र्याला कळत असते, पण त्या कशा सुधाराव्या हे त्याला कळत नाही. भाषा संपादनाच्या पुढच्या पायरीत त्याला अडचणी कुठे व कशा होतात हे कळायला लागते. त्या सुधाराव्या कशा हे ही कळते पण वळत मात्र नाही.

भाषा ग्रहण, संपादन व अध्यापन ▯▯

भाषा-संपादनाची अंतिम म्हणजेच चौथी पायरी म्हणजे या चुका प्रयत्नपूर्वक टाळण्याचा प्रयत्न असतो, आणि समजा एखाद्या वेळेस तशी चूक घडलीच तर ती तात्काळ सुधारून घेण्याचा प्रयत्न केला जातो. अशा तऱ्हेने भाषा-शिक्षार्थी पूर्ण भाषा शिकून घेतो.

भाषा-संपादनाच्या काळात होणाऱ्या नियमबाह्य रचनांना चुका (mistakes) न म्हणता अडचणी (errors) म्हणतात. त्याचे कारण असे की, या सर्व चुका नसून वरील भाषेचे नियम शोधून काढण्याचा प्रयत्न असतो. प्रथम भाषेच्या हस्तक्षेपामुळे होणाऱ्या अडचणी काढून टाकल्यावर, नवीन भाषेतील नियम बांधणीला सुरुवात होते. यात प्रथम सर्वसामान्य नियम टिपले जातात व नंतर हळूहळू सर्व अपवादात्मक नियम संपादित केले जातात. या मधल्या पायरींनादेखील मध्यभाषा (interlanguage) असे नाव आहे. अशा तऱ्हेने आलेल्या अडचणी आणि त्यामुळे उद्भवणारी मध्यभाषा, भाषा संपादन करणारा भाषार्जनाच्या कोणत्या दिशेने चालला आहे त्याची निदर्शक असते. कारण नियम निवडणे हे त्या नियमांच्या वारंवारितेवर अवलंबून असते. (go-went, eat-ate) यांच्या संदर्भात आपण हे पाहिलेलेच आहे. भाषा ग्रहणाच्या आणि भाषा संपादनाच्या/अर्जनाच्या प्रक्रियेत तसा गुणात्मक (qualitative) फरक नसतो. फक्त भाषा ग्रहणामध्ये मातृभाषेच्या हस्तक्षेपाचा प्रश्न नसतो. तसेच भाषा ग्रहणकर्त्याला 'भाषा' विषयाचे मूलभूत ज्ञान उपलब्ध नसते.

## २.४ औपचारिक भाषा मार्गदर्शकाची कार्ये

वर सांगितल्याप्रमाणे, भाषा औपचारिक किंवा अनौपचारिकरित्या आत्मसात करता येते. भाषासंपादन औपचारिकरित्या किंवा भाषा-अध्यापनाद्वारे घडत असेल तर भाषा शिक्षक वा मार्गदर्शक

भाषा-संपादनात खालीलप्रमाणे मदत करू शकतो. त्याची या संदर्भात मुख्य दोन कार्ये महत्त्वाची असतात.

(१)    मध्यभाषेचा शोध घेणे.

(२)    मध्यभाषेचे स्वरूप समजून घेणे.

या प्रक्रियेला error analysis म्हणतात. हे करण्यासाठी भाषा संपादन करणाऱ्याच्या भाषेचे खालील पद्धतीने विश्लेषण करणे आवश्यक आहे.

भाषा संपादनातील अडचणींचा शोध घेणे. भाषा संपादकाच्या भाषेत नेमकी कुठे समस्या आहे, म्हणजेच नियमबाह्य रचना कुठे आहे याचा शोध घेणे. उदाहरणार्थ, इंग्रजीत उपपदांचा (articles) वापर योग्य प्रकारे करता येत नाही.

या अडचणी सापडल्यावर त्यांचे विश्लेषण करणे. उदाहरणार्थ, ही उपपदे (articles) तो कशा प्रकारे वापरतोय किंवा वापरतच नाही हे तपासणे.

या अडचणींमुळे भाषा संरचनेवर नेमका काय परिणाम होतोय याचे स्पष्टीकरण सांगणे. उदारहरणार्थ, उपपदांच्या (articles) वापरात नियम कुठे व कसा योग्यरित्या वापरला जात नाही हे पाहणे. द्वितीय भाषेचा अध्यापनात असे लक्षात आले आहे की, एखाद्या शिक्षकाने कितीही समजावून सांगितले तरी विद्यार्थी भाषा वापराद्वारे जो पर्यंत त्या नियमाची खात्री करून घेत नाही, तो पर्यंत त्यांच्यात नवीन रचना रूजत नाहीत; म्हणून भाषा शिक्षकाला शिक्षक न म्हणता मार्गदर्शक म्हटले जाते. शिक्षक फक्त योग्य रचनांची उदाहरणे देऊ शकतो किंवा वापराच्या विविध संधी उपलब्ध करून देऊ शकतो, आत्मसात करण्याचे काम भाषा विद्यार्थी स्वतः करतो.

**प्रमुख मुद्दे:**

१. जन्मापासून उपजत असलेल्या क्षमतेमुळे भाषाग्रहण होते, आणि लहान मूल मोठे होता होता इतर शारीरिक विकासांच्या टप्प्यांबरोबर भाषा विकसित करते. भाषा-संपादन भाषाग्रहणानंतरच शक्य होते.

२. भाषा-संपादन औपचारिक व अनौपचारिकरित्या शक्य होते. दोन्ही पद्धतीने केलेली भाषा-संपादन प्रक्रिया समान असते म्हणजे सर्व शिकणारे एकाच तऱ्हेने सर्व पायऱ्या पार करतात.

३. पहिली पायरी दोन्ही भाषांच्या व्याकरण व्यवस्थेतील फरक लक्षात घेण्याची असते. दुसरी पायरी म्हणजे प्रथम भाषेच्या हस्तक्षेपामुळे होणाऱ्या अडचणींची जाणिव होण्याची आणि नवीन भाषेच्या फरकाचा समज येण्याची असते. तिसरी पायरी नवीन भाषेतल्या अडचणी ओळखण्याची व चौथी त्या अडचणी कोणत्या व कशा होतात याचा समज येण्याची आणि त्या सुधारून घेऊन योग्य नियमांची जाणीवपूर्वक वापर करणे अशी असते.

४. या अडचणी दोन प्रकारच्या असतात. एक मातृभाषेच्या हस्तक्षेपामुळे येणाऱ्या अडचणी, व दुसऱ्या नवीन भाषेच्या संरचनेच्या व्यवस्थेच्या फरकामुळे तयार झालेल्या अडचणी.

५. भाषा वेगळ्या असतात, कारण वैश्विक स्वरूपाच्या काहीच परिमितींचा वापर वेगवेगळ्या भाषा करतात,

भाषा ग्रहण, संपादन व अध्यापन ⬚⬚

आणि म्हणून नवीन भाषा शिकताना अडचणी उभ्या राहतात.

६. या भाषा संपादन प्रक्रियेत सर्वसामान्य नियम अगोदर व अपवादात्मक नियम नंतर आत्मसात केले जातात.

७. या मधल्या भाषिक स्वरूपाला मध्यभाषा म्हणतात आणि ही मध्यभाषा भाषा-संपादन करणाऱ्याच्या प्रगतीची निदर्षक असते

८. म्हणून या मध्यभाषेतील स्वरूपांना चुका न म्हणता अडचणी (error) म्हटले जाते.

९. अडचणींचा शोध घेऊन, त्यांचे स्वरूप समजून घेऊन, ती शिकवणे हे भाषा शिक्षकांचे काम असते.

१०. हे समजून घेण्यासाठी मध्यभाषेतून तीन पायऱ्यांवरून जावे लागते.

अ. पहिली पायरी अडचणी ओळखणे

ब. दुसरी पायरी अडचणींचे वर्णन करणे (त्याची कारणमीमांसा करणे, जेणेकरून भाषा संपादकाला योग्य मार्गदर्शन करता येते)

क. अडचणी दुरुस्त करणे

या मध्यभाषेचा अभ्यास केल्याने हे समजले आहे की, कितीही शिकवले तरी भाषा शिकणाऱ्याला स्वतः वापरून, नियमांची खात्री झाल्याशिवाय नियम आत्मसात होत नाहीत.

११. म्हणूनंच भाषा शिक्षकांना शिक्षक न म्हणता मार्गदर्शक (facilitator) असे म्हटले जाते.

**स्वयं-अध्ययनासाठी काही उपक्रम:**

तुम्ही स्वतः एखादी नवीन भाषा शिकला असाल किंवा शिकत असाल त्यावेळी तुम्हाला येणाऱ्या अडचणींची नोंद करा.

# भाषा अध्यापन

## ३.१ प्रथम भाषा अध्यापनाचे विविध पैलू

शिक्षणात भाषा अध्यापनाचे अनन्यसाधारण महत्त्व आहे. शिक्षणाची मुख्य उद्दिष्टे खालीलप्रमाणे मांडता येतील:

(१)    विद्यार्थ्यांचे व्यक्तिमत्व घडविणे.

(२)    त्यांना मानसिक व वैचारिकदृष्ट्या समर्थ बनविणे.

(३)    जीवनमूल्यांची ओळख करून देऊन ती अशा तऱ्हेने बऱ्या-वाईटात भेद करायला शिकवणे.

(४)    मुलांना संवेदनशील बनवून सौंदर्य दृष्टी निर्माण करणे.

(५)    जीवनात स्वतंत्रपणे प्रवेश केल्यावर योग्य व्यवसायाची निवड करण्याची आणि पुढे स्वतःचा व समाजाचा विकास घडवून आणण्याची क्षमता निर्माण करणे.

शिक्षणाची ही उद्दिष्टे साध्य करावयाची असतील तर विद्यार्थ्यांना भाषा विषयात प्राविण्य मिळवून देणे अत्यंत आवश्यक आहे. याची मुख्य तीन कारणे आहेत -

(१)    शिक्षक-विद्यार्थी संपर्काचे भाषा हे एक साधन आहे. भाषेद्वारेच या दोघांच्या मधला संवाद प्रस्थापित होऊन शिक्षणाची पुढची वाटचाल व्यवस्थितरित्या करणे शक्य होते.

(२) भाषा हे ज्ञानार्जनाचे, ज्ञानलक्ष्यी विषयांच्या अध्ययनाचे माध्यम असते. त्याचा (या माध्यमांचा) योग्य वापर न झाल्यास ज्ञानलक्ष्यी विषयात प्राविण्य मिळविणे अवघड जाते.

(३) भाषा सामान्य संप्रेषणाचे साधन असते. योग्य आणि उपयुक्त संप्रेषण (general communication) केल्यास आयुष्य सुकर होते.

### ३.१.१ भाषा अध्यापन

भाषा अध्यापन मुख्यत्वे तीन कारणांसाठी केले जाते

(१) प्रत्यक्ष भाषा शिकवणे म्हणजेच चार भाषिक कौशल्यात (श्रवण, कथन, वाचन, लेखन) प्राविण्य मिळवून देणे;

(२) ज्ञानार्जनाचे साधन म्हणून भाषेचा विकास करणे, वाचन-लेखन करण्यास शिकवणे;

(३) भाषेसंबंधी - म्हणजेच तिच्या बोली, तिचा इतिहास, तिचे भाषिक स्वरूप, तिच्यात उपलब्ध असलेले साहित्य, ते निर्माण करणाऱ्या व्यक्ती, वगैरे सर्व अंगाने भाषेबद्दलची माहिती देणे.

बरेच वेळा शिक्षक या तिन्हींमध्ये गफलत करतात, पण हा फरक समजून घेणे आवश्यक आहे.

आपण आतापर्यंत पाहिले, ही वयाची चार ते पाच वर्षे होता होता मुले भाषेची सर्व मूलभूत संरचना आत्मसात करून भाषिक व्यवहारात बऱ्याच अंशी प्राविण्य मिळवितात. या तऱ्हेने भाषा आत्मसात केल्यानंतर जगाचा शोध घेण्यासाठी तिचा वापर सुरू

होतो आणि नेमक्या याच वेळेस शालेय जीवनाला सुरुवात होते. मुले घराच्या छोट्या परिसरातून जगाच्या विस्तृत अंगणात प्रवेश करतात. ती वेगवेगळ्या वयाच्या, स्तरांच्या व्यक्तींच्या संपर्कात येतात आणि अशा तऱ्हेने त्यांचे अनुभव-विश्वही विस्तारते.

वयाच्या चौथ्या वर्षापासून वय वर्षे ४-७ व पुढे ७-१२ या वयात मुलांच्या मेंदूची अवस्था अत्यंत तरल असते. म्हणून मुलांच्या ज्ञान-संपादनाची क्षमता (potential to learn) तीव्र असते. मिळालेले सर्व ज्ञान ग्रहण करण्याची वृत्ती प्रबल असते. बुद्धी संवेदनक्षम असते आणि मेंदूचे बाजूकरण फार झपाट्याने होत असते. पण त्यानंतर मज्जापेशींची संख्या कमी व्हायला सुरुवात होते. याच वयात मुले दिवसाचे अनेक तास शाळेत शिक्षकांच्या संपर्कात घालवितात. म्हणून शिक्षकांवर निदान एका भाषेत पूर्ण प्राविण्य मिळवून देण्याची जबाबदारी असते. कारण, असे मानले जाते की जर एका भाषेत एखादे मूल प्रवीण असेल तर त्या भाषेचे ज्ञान इतर भाषा संपादनाच्यावेळी (Transfer ability) उपयोगी ठरते.

दुसरे म्हणजे याच वयात म्हणजे ७ ते १२ या वयात बुद्धीच्या अन्य क्षमता स्मरणशक्ती (memory), उद्बोधन क्षमता (perception), विचारप्रवणता (thinking) इत्यादींचा विकास वेग पकडतात, आणि बौद्धिक क्षमता आवश्यक तो आकार घेतात. हा विकासही बराचसा भाषेच्या माध्यमातून होतो. कारण, वस्तूंना, व्यक्तींना, प्राण्यांना व अनुभवांना नावे देण्याची प्रक्रिया (process) याच वयात वेगाने घडत असते. साधारणपणे मुले सर्व काही प्रकटपणे बोलता बोलता आपल्या अनुभवांची खात्री करून घेत असतात. कालांतराने हे सर्व विचार अमूर्त रूप धारण करतात. म्हणूनच या नव्या विस्तृत जगाशी संपर्क साधण्यासाठी

भाषा ग्रहण, संपादन व अध्यापन ५७

व बौद्धिक आव्हानांना सामोरे जाण्यासाठी भाषेचा विकास आवश्यक असतो.

भाषा-अध्यापनाचे पुन्हा दोन विभाग पडतात. एक म्हणजे ज्या भाषेत मुलांनी दैनंदिन व्यवहारातून मौखिक प्राविण्य मिळविलेले आहे आणि ज्या भाषेत शाळेत प्रवेश केल्यावर ते संप्रेषण करतील, या भाषेला आपण प्रथम-भाषा म्हणतो. पण आपला समाज बहुभाषी आहे, आणि प्रशासनिक धोरणाप्रमाणे इतर भाषाही शाळेत शिकवल्या जातात. या दोन्ही भाषांच्या अध्यापनात मूलभूत फरक आहे. अगोदर सांगितल्याप्रमाणे प्रथम भाषा ग्रहण कालातच आत्मसात केली जाते. या प्रक्रियेसाठी मेंदूतील उपजत क्षमता कार्यान्वित होते, आणि मूल आपल्या आपण भाषा ग्रहण करते, पण हे फक्त मौखिक पातळीवर घडते. म्हणून शाळेत, बालवाडीत किंवा पहिलीत येणाऱ्या मुलांना समाजात वावरण्यासाठी भाषा येत असते. तिचा उपयोग त्यांना ठाऊक असतो. शाळेत आल्यावर मुले ही बोलता येणारी भाषा वाचायला, लिहायला शिकतात. अवगत असलेल्या भाषेचा जर लिखित भाषेशी मेळ घालता आला तर ती भराभर वाचायला लिहायला शिकतात.

इथे हे लक्षात घेणे आवश्यक आहे की, बहुसंख्य मुले आपापल्या समाजातील बोली बोलत असतात, आणि त्यांना शिक्षण घ्यायचे असते प्रमाण भाषेत. म्हणजेच त्यांना प्रमाण भाषेत वाचायला व लिहायला येणे अपेक्षित असते. एकूण सर्व व्यवहारच प्रमाण भाषेत करण्यास शिकायचे असते. म्हणूनच प्राथमिक स्तरावर शिक्षकाचे पहिले काम प्रमाण भाषेशी (with standard language) तोंडओळख करून देण्याचे असते, तसेच त्याच्या बोलीत आणि प्रमाण भाषेत असलेला फरक समजावून सांगणे

भाषा ग्रहण, संपादन व अध्यापन ⬚⬚

गरजेचे असते. यासाठी त्यांना ही खात्री पटवून देणे आवश्यक असते की सर्व मुले कोणती ना कोणती बोली बोलतात पण शिक्षण सर्वांनी प्रमाण भाषेतच घेतले पाहिजे. हे करताना मुलांच्या घरातील बोलीचा समुचित आदर राखूनच त्यांना प्रमाण भाषेकडे नेले पाहिजे. कारण विद्यार्थ्यांची घरातील भाषा त्यांना भावनिक आधार (support) देते. तसेच त्यांच्यां समाजात सर्वच ती भाषा वापरीत असल्याने संलग्नतेची (belongingness) भावना देते. प्रमाण भाषा जशी शिक्षणाचे माध्यम असते तसेच इतर जनव्यवहारांच्या (public communication) दृष्टीने पण अत्यंत महत्त्वपूर्ण असते.

प्रमाण भाषा प्रथम मौखिक रूपाने मुलांमध्ये रुजविली गेली पाहिजे. प्रमाण भाषेत श्रवण व कथन या दोन्ही गोष्टींची सवय लागली पाहिजे, म्हणजे वाचन-लेखना पर्यंत त्यांना नेणे सोपे जाते. प्रमाण भाषा ही इतर बोलींप्रमाणे त्याच भाषेचे वेगळे रूप असते. त्यात काही संरचना सोडल्यास, त्यांची व्याकरणिक व्यवस्था एकसमान असते. भिन्नता दिसते ती शब्दांच्यात, काही ध्वनींच्यात व मुख्यत्वे भेद दिसतो तो लय आणि सुरावटीत. संवेदनक्षम वयात (critical period) प्रमाण भाषेची लय आणि सुरावटीची सवय लागणे सोपे असते. शब्दांमध्ये दिसणारी भिन्नता भौगोलिक, सामाजिक स्तर व व्यवसाय या तीन कारणांमुळे तयार होते. शिक्षकांनी हे भेद समजून घेऊन प्रमाण भाषा रुजविणे आवश्यक असते. पण प्रथम-भाषेच्या शिक्षणात भर दिला जातो तो वाचन व लेखनाकडे, यासंबंधी आपण पुढे विस्ताराने पाहू.

प्रथम-भाषेमध्ये जसे वाचन-लेखन शिकवणे हे मुख्य उद्दिष्ट असते, तसे मात्र द्वितीय भाषेच्या अध्यापनात करून चालत

नाही. द्वितीय भाषेच्या अध्यापनात श्रवणापासून प्रारंभ करून क्रमाक्रमाने चारी कौशल्यांचा विकास करणे आवश्यक असते. मागे सांगितल्याप्रमाणे, द्वितीय भाषा संपादनाच्या वेळेस प्रथम-भाषेचा हस्तक्षेप भाषा-संपादनात अडचणी निर्माण करू शकतो. याबाबतीत संबंधित दोन भाषांच्या व्याकरणिक व्यवस्थांचा व्यतिरेकी अभ्यास (contrastive analysis) उपयोगी ठरतो. म्हणजे मुलांना कोणत्या गोष्टी अडचणींच्या ठरू शकतील याचा अंदाज घेऊन पाठ नियोजन जाणीवपूर्वक करता येते.

प्रमाण मराठी (standard language) आणि बोली भाषेच्या (dialect) व्यावहारिक व्यवस्थांमध्ये जो भेद असतो तो अगदी नगण्य असतो. बरेच वेळा विद्यार्थ्यांना त्याची जाणीव नसते, पण द्वितीय भाषा शिकणाऱ्याला, नवीन भाषा आपल्याला मुळीच येत नाही, हे नीटपणे माहीत असते.

थोडक्यात म्हणजे, प्रथम-भाषा अध्यापन करताना वेगवेगळी बोली बोलणाऱ्या मुलांना प्रमाण भाषेची ओळख करून देऊन त्यांच्या वाचन-लेखनाकडे विशेष लक्ष पुरवणे आवश्यक असते. मौखिक भाषा शिकवतांना सार्वजनिक संप्रेषणाची (public communication) शिस्त अंगी बाणवण्यास मदत केली पाहिजे, जेणेकरून पुढच्या आयुष्यात मुलाखत (interview), परिचर्चा, परिसंवाद इत्यादी मध्ये भाग घेताना त्यांना त्यांचा आत्मविश्वास उणा पडणार नाही.

द्वितीय भाषा-शिक्षणातील मुख्य मुद्दा असा की, ही भाषा भाषा-संपादकाच्या दृष्टीने संपूर्णपणे नवी असते. तिची शब्दसंपत्ती, ध्वनी व्यवस्था, व्याकरणिक व्यवस्था, त्याची सामाजिक व सांस्कृतिक परिस्थिती या सर्व गोष्टी लक्षात घेऊन पाठ नियोजन करणे आवश्यक असते. द्वितीय भाषा शिक्षणात पाठ्यक्रमाची

मांडणी, अध्यापन पद्धती, अध्यापन साहित्य हे सर्व प्रथम भाषेपेक्षा निराळे, वेगळे असणे अपेक्षित असते. द्वितीय भाषा अध्यापनात मुळापासून सुरुवात करून व्यवहार योग्य भाषेपर्यंत नेण्याची गरज असते.

## प्रमुख मुद्दे:

१. मुले चार वर्ष पूर्ण झाल्यावर शाळेत येतात. याचा अर्थ असा की, भाषेची मूलभूत व्यवस्था त्यांनी आत्मसात केलेली असते आणि शाळेत जायला लागल्यावर त्यांचा मोठ्या जगाशी व इतर व्यक्तींशी संबंध येतो.

२. या वयात इतर बौद्धिक क्षमतांचा विकास होतो. मेंदूमधील बाजूकरण झपाट्याने होत असते. त्यासाठी भाषा मुख्य साधन असते. मूक-बधिर मुलांजवळ ती नसल्याने त्यांचा विकास अतिशय मंद असतो.

३. म्हणून शिक्षकांवर भाषा विषयात प्राविण्य मिळवून देण्याची जबाबदारी असते.

४. प्रत्यक्ष भाषा शिकणे, भाषेतून (माध्यम म्हणून) शिकणे आणि भाषेबद्दल शिकणे हे भाषा अध्यापनाचे मुख्य प्रकार आहेत.

५. भाषा ही शिक्षक-विद्यार्थ्यांमध्ये संपर्क तयार करते, संप्रेषण क्षमता तयार करते आणि ज्ञान संपादनाचे प्रमुख साधन म्हणून काम करते. म्हणून भाषेचा विकास शालेय जीवनातील यशाच्या दृष्टीने महत्त्वाचा ठरतो.

६. शाळेत येणारी मुले आपापली बोली घेऊन येतात. पण त्यांना शिक्षण प्रमाण भाषेत घ्यायचे असते.

७. बोली आणि प्रमाण भाषा एकाच व्याकरणिक व्यवस्थेची वेगवेगळी रूपे असतात. सामाजिक, ऐतिहासिक, भौगोलिक वगैरे कारणांमुळे त्यात भेद तयार होतो.

८. हा भेद, शब्दसंपत्ती, काही भाषेच्या व्याकरणिक रचना आणि मुख्यत्वे लय व सुरावटीमुळे असतो.

९. मुलांच्या मेंदूची रचना या वयात लवचीक असते. म्हणून प्रमाण भाषेची सवय याच वयात लावून देणे सोपे आणि योग्य असते.

१०. पुढे बाजूकरण पूर्ण झाल्यावर सुरावटी बदलणे फार अवघड असते.

११. याच वयात निदान एका भाषेची क्षमता विकसित करणे अत्यंत आवश्यक असते. कारण, एका भाषेचा अनुभव नवीन भाषा शिकताना फार उपयोगी ठरतो. भाषिक कौशल्यात (skill transfer) बदल करणे सोपे जाते.

१२. या वयात काही बौद्धिक क्षमता विकसित झालेल्या असतात. म्हणून आठव्या वर्षापासून इतर भाषा शिकवणे उपयुक्त ठरते. मेंदू इतर भाषांचे ज्ञान आत्मसात करण्यास सक्षम झालेला असतो.

१३. शाळेत आल्यावर विविध कृतींद्वारे प्रमाण भाषा मौखिक पातळीवर दृढ करणे म्हणजे खेळ, नाटिका-नाटुकल्या, कथा (पौराणिक-ऐतिहासिक) इत्यादी द्वारा प्रमाण भाषेतील व्यवस्थेसंबंधीचे श्रवण व कथन करण्याची संधी देणे.

१४. पण प्रथम भाषा अध्यापनात वाचन व लेखन यावर अधिक भर दिला जातो. मुळांतच बोलीभाषा येत असल्यामुळे वाचन शिकवणेही सोपे जाते.

*स्वयंअध्ययनासाठी प्रश्न:*

१. *भाषा-अध्यापनाचे मुख्य तीन प्रकार कोणते? कारणे कोणती?*

२. *प्रथम-भाषा अध्यापनाची वैशिष्ट्ये सांगा. या अध्यापनाची मुख्य अडचण कोणती? तिला कसे सामोरे जाता येते?*

३. *शाळेत येणाऱ्या मुलांच्या भाषेतील बोलीभाषांची वैशिष्ट्ये शोधून प्रमाण भाषेशी त्यांची तुलना करा.*

४. *तुमच्या भाषेतील प्रमाण भाषेपेक्षा वेगळे असलेले ध्वनी शोधून काढा आणि कोणत्या शब्दांत ते वापरले जातात त्यांची यादी करा. (उदाहरणार्थ, वऱ्हाडात 'ळ' ऐवजी 'य' चा वापर, कोळी भाषेत 'ड' किंवा 'ढ' ऐवजी 'र' चा वापर)*

## ३.१.२ प्रथम-भाषा अध्यापन

प्रमाण भाषेची शिस्त अगोदर मौखिक रूपाने रुजविली गेली पाहिजे. बालगीते, कथा, गोष्टी, नाटुकल्या व नित्य नैमित्तिक कार्याद्वारा, जीवनमूल्यांची ओळख करून देताना, शाळा व जग यांच्या भोवतालची ओळख करून देताना, प्रमाण भाषा वापरण्याची सवय लावली गेली पाहिजे. विशेष करून अशा मराठीचा बोलींच्या बाबतीत (अहिराणी, वऱ्हाडी, चांद्याकडची) ही गोष्ट अधिक उपयोगी ठरते. या ठिकाणी, बोली व प्रमाण भाषा यांचा व्यतिरेकी अभ्यास शिक्षकांना व विद्यार्थ्यांना दोघांनाही उपयुक्त ठरू शकतो.

## ३.१.२.१ वाचन

बोली भाषेपेक्षा जशी प्रमाण भाषा थोडी-फार वेगळी असते, तसेच बोल भाषेपेक्षा लिखित भाषेचे स्वरूप वेगळे असते. मौखिक भाषाग्रहण करण्यासाठी आपल्या मेंदूत उपजत व्यवस्था असते

हे आपण पाहिले. पण लिखित भाषा मात्र शिकावी लागते आणि म्हणून वाचन अध्यापनात नियोजनाला (planning) महत्त्व असते.

वाचन आणि लेखन ह्या एकाच नाण्याच्या दोन बाजू आहेत. जे लिहिले जाते ते आपण वाचतो आणि वाचण्यासाठी आपण लिहितो. संशोधकांच्या असे लक्षात आले की, लिखित भाषेचा बोल भाषेशी अगदी जवळचा संबंध आहे आणि प्रकट वाचन नेमके हेच काम करते. प्रकट वाचन लिखित पाठ्य आणि उच्चारण या दोन्हींत संबंध जुळवून आणते. तांत्रिक भाषेत याला अक्षर-स्वनिम सहसंबंध (graphemo-phonemic correspondence) म्हणतात. अशा वेळेस सुटी अक्षरे शिकवण्याऐवजी जर त्यांच्यातून व्यक्त होणारे, त्यांच्या माहितीतले शब्द शिकवले गेले तर ती अक्षरे स्मृतीत अधिक वेळ राहतात.

प्रकट वाचन शुद्धलेखन शिकवण्यासाठी उपयुक्त ठरतो. मेक्लाफलिन यांनी इंग्रजी भाषेतील काही संशोधनांची माहिती दिली आहे. उच्चारणाच्या आधारावर शुद्धलेखन म्हणजे, आपण शब्दांचा उच्चारी व अक्षरी आकार लक्षात ठेवतो. ओल्सन यालाच कान आणि डोळे यातील सहसंबंध असे नाव देतात. म्हणून प्राथमिक स्तरावर प्रकट वाचनाकडे विशेष लक्ष पुरवले गेले पाहिजे. याच वेळेस शुद्धलेखन जर पक्के झाले तर पुढे लेखन करताना शुद्धलेखनाच्या चुका होणार नाहीत, तसेच प्रमाण भाषेचे रूपही दृढ करण्यास मदत होईल. प्रकट वाचन पुढे मूक वाचनाचे रूप घेते आणि येथून वैचारिक प्रगल्भता वाढीस लागते, कारण, वाचनाच्या आकलनदृष्ट्या अनेक पायऱ्या असतात. अक्षरे ओळखणे, पाठ्यवस्तूचा शब्दश: अर्थ समजणे, त्यांच्या द्वारे

सुचविलेला (implied) अर्थ समजणे, त्याचा वेगवेगळा अन्वयार्थ (interpretation) समजणे, वाचून समजलेल्या गोष्टींचे इतर संदर्भ आठवणे, इतरांनी याच विषयावर केलेले भाष्य लक्षात घेऊन दोन्हीतील फरक समजून घेणे, इत्यादी वाचनाद्वारे पाठाच्या अध्ययनासाठी आवश्यक असते.

वाचन हे कल्पवृक्षाप्रमाणे असते. वाचनावर प्रभूत्व असेल आणि वर सांगितलेल्या सर्व पायऱ्यांवरून आकलन क्षमता तयार झालेली असेल तर वाचना द्वारे जगातील कोणतेही ज्ञान मिळविता येते.

**वाचनसाहित्याचे अनेक प्रकार असतात**

१. अक्षर रूपात व्यक्त केलेले साहित्य - म्हणजे नेहमीचे वाचन साहित्य, उदाहरणार्थ, लेख, कथासंग्रह, वृत्तपत्रे पुस्तके इत्यादि

२. चित्र रूपात व्यक्त केलेले साहित्य - उदाहरणार्थ कार्टून

३. कोड रूपात व्यक्त केलेले साहित्य - उदाहरणार्थ गणिती भाषा (=, +, -, ...)

४. आलेख (graph) रूपात व्यक्त केलेले साहित्य - माहिती देण्यासाठी नानातऱ्हेचे ग्राफ्स, उदा. flowchart, columns, pie chart वगैरे.

वाचनाचा आणखी एक महत्त्वाचा उपयोग म्हणजे नोट्स काढणे, टांचणं बनवणे, टिपणें काढणे (note making skill) इत्यादि कला शिकणे. वाचताना हे लक्षात आले पाहिजे की कोणत्या गोष्टी प्रमुख आहेत आणि कोणत्या गोष्टी गौण. साधारणपणे एका लेखात एक प्रमुख मुद्दा असतो आणि त्या मुद्याच्या उपमुद्यांना विभिन्न परिच्छेदात मांडलेले असते. तसेच

साधारणपणे एका परिच्छेदात एकच मुद्दा असतो. इतर गोष्टी तो मुद्दा समजावून सांगण्यासाठी असतात, म्हणजे उदाहरणे स्पष्टीकरण (paraphrasing) यांचा उपयोग मुख्य मुद्दा समजावून सांगण्यासाठी केला जातो. नोट्स बनवण्यासाठी लागणारी कौशल्ये पुढे उच्च शिक्षणात अत्यंत उपयोगी ठरतात.

वाचनाची अंतिम पायरी म्हणजे माहितीपर (informative) किंवा रसास्वादन (appreciation) आणि आनंदासाठी वाचन साहित्य करणे म्हणा, किंवा इतर वाचन, जसे तत्त्वज्ञान, अर्थकारण, सामाजिक विषयांवरचे वाचन. हे वाचन, नंतरच्या आयुष्यातील गरजा आणि आनंद या सर्व दृष्टीने महत्त्वाचे असते.

वाचनाचा प्रत्यक्ष जीवनाशीही संबंध घालून दिल्यास वाचन अधिक अर्थपूर्ण ठरते. औषधाच्या बाटल्यांवरच्या सूचना आणि त्यात असलेले घटक, एखाद्या खेळण्यात दिलेल्या सूचनेबरहुकूम खेळण्याची पुनर्रचना आणि तो कसा खेळावा याची कृती, टी.व्ही. किंवा मोबाईल फोनच्या विशिष्ट कार्यांच्या वापरासंबंधी दिलेल्या सूचना आणि आता तर संगणकाच्या स्वयं संचालित (self-operative instructions) सूचना व कृती या गोष्टी वाचन क्षमतेमुळे सोप्या बनतात.

## *वाचनासंबंधीचे प्रमुख मुद्दे:*

१. *मौखिक भाषेसाठी मेंदूत विशेष व्यवस्था आहे, जी वेरनिक्स आणि ब्रोका केंद्रात स्थित आहे, म्हणून मौखिक भाषा उपजत असते पण वाचन-लेखन मात्र शिकावे लागते. शालेय जीवनाची सुरुवात मुख्यत्वे वाचन-लेखनाने होते.*

२. *वाचन शिकणे म्हणजे अक्षर-स्वनिमांमध्ये (graphemo-phonemic correspondence) सहसंबंध प्रस्थापित करता येणे. यासाठी प्रकट वाचन जाणीवपूर्वक करणे*

आवश्यक असते. अक्षरांचा उच्चारी फरक लक्षात आणून देणे आवश्यक असते

३. अक्षर शिकवताना सुटे सुटे न शिकवता, अनुभवातील शब्दसंपत्तीतून शब्द घेऊन शिकवणे योग्य ठरेल. उदाहरणार्थ, व, ब, क, ळ आणि त्याला जोडणारा (आ) शिकवले तर बळ, वळ, कळ, कावळा, काव काव, बाळ, कबाब इत्यादी शब्द त्यांच्या अनुभवातील असल्याने अक्षरे लक्षात ठेवण्यासाठी उपयोगी ठरतील.

४. अक्षर-स्वनिम मधले रूढ सह-संबंध शुद्धलेखन पक्के करते. डोळे आणि कान यातील संबंध प्रकट वाचनामुळे प्रस्थापित होतो. शुद्धलेखन म्हणजे शब्दाचा लेखनातील अक्षरी आकार लक्षात ठेवणे. पहिलीत आणि दुसरीत प्रकट वाचन फार महत्त्वपूर्ण मानले गेले पाहिजे. कारण, लेखनात त्याचा फार उपयोग होतो.

५. पुढची पायरी आहे मूक वाचनाची सवय लावणे. मूक वाचनाबरोबर वैचारिक प्रक्रियेला चालना मिळते.

६. आकलनदृष्ट्या वाचनाच्या अनेक पायऱ्या आहेत.

(१)  अक्षर ओळखणे.

(२)  पाठ्यवस्तूचा शब्दशः (literal) अर्थ समजणे.

(३)  त्यांच्या द्वारे सुचविलेला अर्थ (implied) समजणे.

(४)  त्याचा वेगवेगळा अन्वयार्थ (interpretative) समजणे.

(५)  पाठ्यांशाचे इतर संदर्भ आठवणे.

(६)  पाठ्यांशातील याच विषयांवर इतरांनी केलेले भाष्य लक्षात घेऊन

(७)  दोन्हीतील फरक समजून घेणे.

७.	वाचन हे कल्पवृक्षाप्रमाणे आहे आणि वर सांगितलेल्या सर्व पायऱ्यांवरून वाचन व आकलन करण्याची सवय लागली असेल तर जगातील कोणतेही ज्ञान मिळवणे शक्य होईल.

अक्षर रूप (letter form)

चित्र रूप (image form)

चिन्ह रूप (code form) (उदा. गणिती भाषेतील +, -)

आलेख रूप (graph form)

८.	वाचन साहित्याचे अनेक प्रकार आहे.

९.	विद्यार्थी जीवनात वाचनाचा महत्त्वपूर्ण उपयोग म्हणजे notes बनवण्याची कला शिकणे, (टिपणे / टांचणे बनविण्याची). पाठ्यांशातील प्रमुख मुद्दे कोणते, गौण मुद्दे कोणते, कोणत्या गोष्टी फक्त सौंदर्य वाढविण्यासाठी आहेत, कोणती केवळ उदाहरणेच आहेत हे समजून नोट्स बनवण्याची कला शिकणे म्हणजे प्रगल्भ वाचनावर प्रभुत्व मिळवणे होय. या प्रकारचे वाचन कौशल्य उच्च शिक्षणात फार उपयोगी ठरते.

१०.	वाचनाची अंतिम पायरी म्हणजे रसास्वादन व आनंदासाठी साहिच्याचे वाचन करणे. तसेच ज्ञान मिळविण्यासाठी माहितीपर वाचन करणे. उदाहरणार्थ, तत्त्वज्ञान, अर्थकारण, समाजकारण व राजकारण या विविध विषयांवरचे वाचन करणे.

११.	वाचनाचा प्रत्यक्ष जीवनाशी संबंध घालून दिल्यास वाचन कृती अधिक अर्थपूर्ण ठरते. उदाहरणार्थ, नुसते 'वाचाल तर वाचाल' असे नव्हे तर वाचाल तर आयुष्य सुखमय व आनंददायी बनवू शकाल. कारण वाचना इतके

भाषा ग्रहण, संपादन व अध्यापन ॥॥

मनोरंजनाचे व ज्ञान संपादनाचे दुसरे स्वस्त आणि सोपे साधन नाही.

### *स्वयं-अध्ययनासाठी काही उपक्रम:*

१.   *प्रकट वाचन आणि शुद्धलेखनाचा सहसंबंध समजावून सांगा. (इंग्रजी हस्व-दीर्घ उच्चारणातील उपक्रम Chick-Cheek, live-leave, किंवा हिंदी सास-सांस, पिला-पीला यातील फरक अर्थभेदासकट वाचनाच्यावेळी समजावून सांगणे.)*

२.   *वाचनाच्या पायऱ्या कोणत्या? त्यांचे सविस्तर वर्णन करा.*

### ३.१.२.२ लेखन

लेखन अवघड असते. बोलताना आपल्यासमोर श्रोता असतो. त्याच्या प्रतिक्रिया असतात, आपले व त्याचे हावभाव असतात. 'कळलं,' 'समजलं,' 'बरोबर आहे,' 'हे बघ,' इत्यादी संभाषणाचा ओघ चालू ठेवण्यासाठी आपल्या मदतीला असतात. लेखनात या सर्वांचा अभाव असतो, तरी आपल्याला ते सांगायचे असते, म्हणून लेखन अवघड असते.

तसेच पूर्वी सांगितल्याप्रमाणे मौखिक संप्रेषणात, व्यवहारात (fluency) अस्खलितपणाला महत्त्व असते, अचूकपणा (accuracy) नसला तरी चालतो. पण लेखनात मात्र सर्व प्रकारचा अचूकपणा (accuracy) आवश्यक असतो.

विशेष म्हणजे लेखनाला दोन बाजू असतात - एक तांत्रिक आणि दुसरी आशयसंबंधी. तांत्रिक बाजूमध्ये खालील गोष्टी येतात.

(१)   अक्षरांचे वळण-घडण

(२)   त्यांची शब्दरूपात मांडणी

(३)	व्याकरण (त्यांची वाक्यात योग्य जुळणी)

(४)	विरामचिन्हे, परिच्छेद व त्यांची रचना

(५)	विषयाची निवड व त्याच्या मांडणीचा आरंभ-मध्य-शेवट किंवा आराखडा/आकृतीबंध (format).

या सर्व गोष्टी लेखनाच्या तांत्रिक बाजूत मोडतात आणि प्रकट वाचनाच्या वेळेस हे स्वरूप स्पष्ट करण्याचा प्रयत्न झाला पाहिजे. आशय संबंधीच्या बाजूत खालील गोष्टी मोडतात.

(१)	आशयानुसार विषयाची मांडणी

(२)	त्यासाठी लागणारे विचार

(३)	त्या विचारांचे विविध पैलू

(४)	त्यांचा क्रमान्वित विकास

(५)	मांडणीतील सुसूत्रता, सुसंगतपणा

(६)	त्यासाठी लागणारी शब्दसंपत्ती

(७)	सुस्पष्टता व शैली.

(८)	एकसंधपणा

या सर्व गोष्टी लेखनाच्या दुसऱ्या बाजूशी निगडीत असतात. लेखन शिकवताना शिक्षकांनी या दोन्ही गोष्टींकडे लक्ष पुरविणे आवश्यक असते. कोणत्याही एका बाजूच्या विकासात कमतरता असल्यास त्या भाषेवर असणाऱ्या प्रभुत्वावर अनिष्ट परिणाम होऊ शकतो.

हे साधण्यासाठी अगोदर विविध विषयांवर लेखन करण्याची सवय लागली पाहिजे. उदाहरणार्थ, व्यक्तिवर्णन एखाद्या व्यक्तीचे

अचूक वर्णन करता आले पाहिजे जेणेकरून व्यक्ती हजर नसली तरी ती ओळखता यावी. व्यक्तिवर्णनासाठी लागणारे शारीरिक विशेष व स्वभाव आणि व्यक्तिमत्व विशेष मांडणे आवश्यक असते. तसेच वस्तूवर्णन यात आकार (shape and size), ती कशाने बनली आहे, तिच्या रचनेचे स्वरूप कोणते, त्याचा उपयोग काय या आधारावर वर्णन करणे. उदाहरणार्थ, डस्टर, याचे मुख्य काम फळ्यावर लिहिलेले पुसणे. डस्टर आयताकार, हातात उचलता येईल एवढा छोटा, दोन भागात बनवलेला, एक भाग पकडण्यासाठी व दुसरा भाग पुसण्यासाठी, पकडण्यासाठी असलेला भाग लाकूड किंवा प्लॅस्टिकचा बनलेला तर दुसरा भाग असतो स्पंजचा.

अशा तऱ्हेने व्यक्ती, वस्तू, स्थान, प्रक्रिया आणि घटना इत्यादींचे वर्णन प्राथमिक स्तरावर विकसित झाल्यास नंतरच्या लेखन कार्यात ते फार उपयोगी ठरते. आपले लेखन पुन्हा पुन्हा तपासून पाहण्याची (draft checking) आणि त्यात योग्य ती सुधारणा करीत राहण्याची सवय लागली पाहिजे, याच वेळेस भाषेचे सौंदर्य व लालित्य याकडे लक्ष दिले पाहिजे. उदाहरणार्थ, विशेषण, क्रियाविशेषणाचा वापर तसेच विनोद-बुद्धी इत्यादींचा विकास करणे अपेक्षित असते. यातूनच हळूहळू साहित्याची जाण तयार होते आणि क्वचित एखादा साहित्यिकही.

इयत्ता चौथीपर्यंत भाषेचे मूळरूप आणि तिच्यात असलेली ताकद मुलांच्या लक्षात आणून दिली पाहिजे, म्हणजे माध्यमिक व नंतरच्या वर्गात गेल्यावर गंभीर व ज्ञानलक्ष्यी विषयांचा अभ्यास करण्याची विद्यार्थ्यांची तयारी झालेली असते, आणि त्यांच्यात आत्मविश्वासही तयार होतो. पण हे काम सोपे नाही, कारण भाषा ही कौशल्याधिष्ठित क्षमता आहे. वर्गातील प्रत्येक

विद्यार्थ्याला सर्व टप्प्यांवरून क्रमाक्रमाने नेणे आवश्यक असते. पण समस्या असते ती वर्गात असलेल्या मोठ्या संख्येची. वर्गातील प्रत्येक मुलापर्यंत पोचणे ही तारेवरची कसरत असते. हे सर्व जुळवून आणण्यासाठी अध्यापनाच्या नवीन पद्धतींचा अवलंब करणे आवश्यक आहे. गटपद्धती, सहाध्यायाची मदत, स्वयं अध्ययन पद्धती, प्रकल्प पद्धती, वाचनालयाचा पुरेपूर उपयोग इत्यादी पद्धती वर्गात वापरल्या गेल्या पाहिजेत. त्यात प्रत्यक्ष प्रयोग आणि संशोधन करून त्यांची अंमलबजावणी कशी करावी हे पाहिले . त्यांच्या उपयुक्ततेची खात्री करून घेतली पाहिजे. पाठ्यपुस्तके भाषा अध्यापनाचे फक्त एक साधन असतात. इतर साहित्याचा वापर अत्यंत गरजेचा असतो. कारण भाषेबरोबरच मुलांमध्ये संवेदनशीलता, तार्किकता, सयुक्तिक विचार करण्याची क्षमता इत्यादी अनेक आवश्यक गुणांचा विकास आवश्यक असतो.

प्राथमिक स्तरावर दृढ झालेली भाषा माध्यमिक शाळेतील इतर ज्ञानलक्ष्यी विषयांसाठी माध्यम म्हणून वापरली जाते. या विषयांची विशिष्ट शब्दावली असते. नित्याच्या वापरात 'कर्म', तत्त्वज्ञानात 'कर्म', व्याकरणात 'कर्म', या तिन्ही ठिकाणी विषयाच्या गरजेप्रमाणे एकाच शब्दाचे अर्थ बदलत जातात. संकल्पनांची व्याख्या देण्यासाठी नेमकी भाषा वापरणे आवश्यक असते. भाषा वस्तुनिष्ठ, विषयसापेक्ष, विचारसापेक्ष, सामान्यीकरण, अमूर्तीकरण करण्यास मदत करणारी, इत्यादी गुणांनी नटलेली असते. पुढे माध्यमिक व विद्यापीठीय स्तरावर या भाषिक गुणांकडे अधिक लक्ष देणे आवश्यक असते. प्रमाण भाषेच्या व्याकरणाचे स्वरूप आणि शुद्धलेखन दृढ करणे, आणि आशय बिनचूकपणे मांडायला शिकवणे प्राथमिक भाषेचे विशेष मानले गेले पाहिजे. शाळेच्या प्राथमिक स्तरावर आत्मसात

भाषा ग्रहण, संपादन व अध्यापन ▨▨

केलेल्या भाषेपेक्षा ही वेगळी भाषा विद्‌यार्थ्यांना शालेय अभ्यासातच आढळते. माध्यमिक शाळेत एका बाजूला भाषा विषयासाठी व्यक्तिनिष्ठ सर्जनशील भाषा असते. इथे येऊन मुखर भाषा मौन बनते, आणि ही मौन भाषा विचारांचे रूप घेते, लेखनाला स्थैर्य आणि गती दोन्ही देते. या अनुभवनिष्ठ भाषेकडून विद्‌यार्थी वस्तुनिष्ठ भाषेकडे क्रमाक्रमाने प्रवास करतो. ही वस्तुनिष्ठ भाषा आपल्याला विज्ञान, तत्त्वज्ञान इत्यादी विषयांमध्ये पाहायला मिळते. इतिहास-भूगोल या विषयांतील भाषा थोडी व्यक्तिनिष्ठ आणि थोडी वस्तुनिष्ठ अशी असते. राजे आणि त्यांच्या वंशावळींच्या कथा, किंवा भूगोल व त्यामुळे बनणारे आयुष्याचे स्वरूप इत्यादी गोष्टी व्यक्तिनिष्ठ भाषेत तर त्यांच्या उपपत्ती आणि संशोधन यासाठी वस्तुनिष्ठ भाषा लागते.

वस्तुनिष्ठ भाषेमध्ये विषयाच्या नेमकेपणाला महत्त्व असते. अमूर्त संकल्पनांचा विचार असतो. स्थळ-काळापलीकडच्या तत्त्वांचा अभ्यास असतो. वस्तुनिष्ठ भाषेचा आणि साहित्यिक भाषेचा विकास माध्यमिक स्तरावर घडून येतो. खरे तर भाषेतर विषयांचे शिक्षकही भाषा शिकवण्यास हातभार लावतात. शिक्षकाने, कार्यकारण भाव सांगणे, शोध प्रकल्पांत भाग घेणे, प्रयोग करून तो सुसंगत पद्‌धतीने मांडणे, योग्य नेमक्या भाषेत परिभाषा लिहिणे, शोध प्रकल्पाद्‌वारे मिळविलेल्या माहितीचे स्पष्टीकरण देणे, जाणीवपूर्वक केले पाहिजे. तर आशय संपादन आणि त्यांचे सादरीकरण दोन्हींमध्ये विद्‌यार्थी प्राविण्य मिळवू शकतील. खेदाची गोष्ट अशी की, हे शिक्षक अगदी उच्चशिक्षणाच्या क्षेत्रात असणारे देखील, असे म्हणतात की भाषा आमचा विषय नाही, त्याच्याशी आमचा काही संबंध नाही, त्याबद्‌दल आम्हाला काही सांगू नका आणि विचारू तर नकाच. त्याचे कारण असे की, भाषा-शिक्षणाच्या संदर्भात भाषा-शिक्षण

भाषा ग्रहण, संपादन व अध्यापन ॥॥

आणि साहित्य शिक्षण या दोन्हींत गफलत केली जाते. साहित्याचे लेखन हे सर्जनशील लेखन असते. इतर विषयांचे लेखन हे वस्तुनिष्ठ असते.

उच्च शिक्षणात भाषेचे स्वरूप अजून नेमकेपणा घेते. शब्दसंपत्ती विशेष असते, शैली ही वैचारिक, वाद-विवादासाठी योग्य, लवचीक व लालित्यपूर्ण असणे आवश्यक असते. इथे इतर लेखनही अपेक्षित असते. हे विविध विचारांसाठी, विषयांसाठी उपयोगी असते .

(१)      वैचारिक विषयांची स्वतंत्रपणे मांडणी करणे

(२)      कार्यशाळेतील वाद-विवाद स्पर्धे मधे भाग घेणे

(३)      नोट्स बनवून त्या माहितीची पुनर्मांडणी करणे.

(४)      प्रोजेक्टचा अहवाल सेमिनारमध्ये लेखरूपात सादर करणे

(५)      वैचारिक जर्नलमध्ये लेखरूपात सादर करणे

(६)      तसेच वेगवेगळ्या स्वरूपात स्पर्धेत लेख, कथा वगैरे लिहिणे

(७)      मौखिक साहित्यिक रचना, साहित्य लेखन, विविध आकृतिबंधमध्ये लेखन करणे.

या सर्व गोष्टींसाठी लागणारी भाषा व त्याची तांत्रिक बाजू माध्यमिक व उच्च माध्यमिक काळातच दृढ झाली पाहिजे. एकदा का तंत्राची हाताला सवय लागली म्हणजे पुढे पुढे केवळ आशयाकडे लक्ष देण्यास लिहिणारा मोकळा असतो. लेखन तंत्र अंगी बाणवल्यामुळे आशयाचे सादरीकरण सहज व सोपे बनते.

भाषा ग्रहण, संपादन व अध्यापन ▢▢

## प्रमुख मुद्दे:

१. लेखन अवघड असते कारण श्रोता नसतो व हावभाव नसतात.

२. अस्खलितपणापेक्षा (fluency) व अचूकतेला (accuracy) महत्त्व असते. लेखनात प्रवाह पाहिजेच पण ते बिनचूक असणेही आवश्यक असते.

३. लेखनाला दोन बाजू असतात, तंत्रासंबंधी आणि आशयसंबंधी.

४. शुद्धलेखन, व्याकरण, सुसूत्रता, सुसंगतपणा, विरामचिन्हे, परिच्छेद व एकूण लेखाचे स्वरूप, या गोष्टी लेखन तंत्रामध्ये मोडतात. आशयसंबंधीमध्ये विचार, विचारांचे विविध पैलू, त्यांचा क्रमान्वित विकास, मांडणीतील सुसूत्रता व सुसंगतपणा, विचारसापेक्ष शब्दसंपत्ती आणि त्यासाठी योग्य शैली वगैरे गोष्टी मोडतात.

५. यासाठी विविध विषयांवर लेखन करण्याची सवय आवश्यक असते. व्यक्ती वर्णन, वस्तू/पदार्थ वर्णन, स्थान/स्थळ वर्णन, प्रक्रिया वर्णन (उदाहरणार्थ, कागदाची नाव किंवा लिंबाचे सरबत बनविण्याची प्रक्रिया सांगणे), घटना वर्णन (वेगवेगळ्या प्रकारच्या घटना समारंभ, स्पर्धा इत्यादी) या सर्व प्रकारच्या लेखनाद्वारे व्याकरण दृढ करणे, तांत्रिक बाजूकडे लक्ष देणे, इत्यादी गोष्टी साधल्या पाहिजेत.

६. लेखनाची सवय पुढे सर्व विषयांच्या लेखनात मदत करते.

७. आपले लेखन पुन्हा पुन्हा तपासून घेण्याची सवय लागली पाहिजे.

८.  कुठलेही लेखन करण्यापूर्वी विषयाशी संबंधित सर्व माहिती गोळा करणे आवश्यक आहे. ही सामग्री कुठे मिळेल याची माहिती घेणे, पुस्तके, मासिके, जर्नल्स वगैरेचे वाचन, वाचनालयाचा उपयोग या सवयी रुजवणे आवश्यक आहे.

९.  प्राथमिक स्वरूपावर बेसिक म्हणजे मूलभूत लेखनाची सवय लागली की पुढे माध्यमिक स्तरावर ज्ञानलक्ष्यी भाषेमधील लेखन सोपे बनते.

१०.  पण हे काम सोपे नाही, कारण भाषा ही कौशल्याधिष्ठित क्षमता आहे. तसेच स्वयं-अध्ययन, वाचनाचा  यात उपयोग करणे आवश्यक आहे.

११.  यासाठी शिक्षकांनी (pair work, group work) जोडी-जोडीने अथवा गटागटाने कृतिशील अध्यापन करणे आवश्यक आहे. तसेच स्वयं-अध्ययन, वाचनालयाचा उपयोग करणे आवश्यक आहे.

१२.  ही विविध तंत्रे वापरताना प्रत्यक्ष प्रयोग आणि संशोधन याद्वारे त्यांच्या उपयुक्ततेची खात्री करून घेतली पाहिजे.

१३.  कारण मुलांमध्ये या वयात जीवनमूल्ये रुजवून त्यांच्यात संवेदनशीलता, तार्किकता व सयुक्तिक विचार करण्याची क्षमताही विकसित केली गेली पाहिजे.

१४.  प्राथमिक स्तरावर दृढ झालेली भाषा ज्ञानलक्ष्यी विषयांचे माध्यम म्हणून अत्यंत उपयुक्त असते.

१५.  पुढे विषयाप्रमाणे, शब्दावली बदलत जाते. जसे, कर्म नित्याच्या व्यवहारात, तत्त्वज्ञानात व व्याकरणात .

१६.  प्राथमिक स्तरावरील भाषेचे वैशिष्ट्य म्हणजे प्रमाण व्याकरणाचे स्वरूप दृढ होणे, शुद्धलेखन व विरामचिन्हांची सवय लागणे, आशयाची मांडणी सुसूत्रपणे व सुसंगतपणे करणे, वगैरे.

भाषा ग्रहण, संपादन व अध्यापन ⧠⧠

१७.	इथे येऊन लहान वयातील मुखर भाषा मौन बनते आणि विचार प्रक्रियेला चालना मिळते.

१८.	माध्यमिक शाळेच्या विविध विषयांची भाषा विषय-आशय सापेक्ष असते. विचार सापेक्ष असते. त्यात सामान्यीकरण व अमूर्तीकरणयाची शक्ती असते. तसेच स्थळ-काळा पलीकडचा विचार मांडण्याची शक्यता तिच्याद्वारे बळावते.

१९.	माध्यमिक स्तरावरील भाषा विशेषकरून दोन प्रकारची असते. एक व्यक्ती विशेष, अनुभव सापेक्ष, सर्जनशील अशी असते. दुसरी वस्तुनिष्ठ, विषय सापेक्ष, विशेष शब्दसंपत्ती, विशेष शैली, ही स्थळ- काळा पलीकडे विषय मांडू शकणारी अशी असते.

२०.	वस्तुनिष्ठ भाषेच्या विकासात माध्यमिक स्तरावर इतर भाषा शिकवणारे शिक्षक हातभार लावतात. कारण विज्ञानातील प्रयोगाद्वारे नियोजन, कार्यकारण भाव, स्पष्टीकरण, तर्कसंगत विचारसरणी, शोध प्रकल्पातून मिळालेली माहिती सुसूत्रपणे मांडणे वगैरे गोष्टी इतर विषयांच्या कार्यक्रमांद्वारे होत असतात.

२१.	इतिहास-भूगोलाची भाषा या दोन्हीतील दुवा असते. ती थोडीशी कथांच्या शैलीजवळ, व्यक्तिनिष्ठ, थोडीशी उपपत्तींची व्याख्या सांगणारी, वस्तुनिष्ठ अशी असते.

२२.	शिक्षकांनी हे शैलीभेद विद्यार्थ्यांना जाणीवपूर्वक वापरायला शिकवले पाहिजे. थोडक्यात, माध्यमिक व उच्च माध्यमिक स्तरांवर या तिन्ही प्रकारच्या शैलींची माहिती (व्यक्तिनिष्ठ, वस्तुनिष्ठ व दोन्ही प्रकारची संमिश्र अशी) देऊन त्यांच्या वापराची सवय लावली पाहिजे.

भाषा ग्रहण, संपादन व अध्यापन ॥॥

२३. *उच्च शिक्षणातले विद्यापीठीय लेखन हे प्रगल्भ, माहितीपर व स्वतंत्र विचार मांडण्यासाठी उपयुक्त असे असते, यात लेखन तंत्र अंगी बाणवलेले असल्यामुळे आशयाकडे अधिक लक्ष पुरवता येते.*

### स्वयं-अध्ययनासाठी काही उपक्रम:

शालेय पाठ्यपुस्तकातील साहित्याचा, एखाद्या ऐतिहासिक प्रसंगाचा उतारा निवडा. इतिहासकाळातील माहिती सांगणारा इतिहासाच्या पुस्तकाचा उतारा निवडा. कोणत्याही विज्ञान विषयाच्या पाठ्यपुस्तकातून उतारा निवडा आणि त्यातले भाषिक भेद शोधून काढा.

## ३.२ द्वितीय भाषा अध्यापनाच्या विविध पद्धती

द्वितीय भाषा अध्यापन पद्धतीत काळानुरूप बदल होत गेले. भाषा-संपादन जेव्हा औपचारिक पद्धतीने केले जाते तेव्हा त्याला द्वितीय भाषा अध्यापन असे म्हटले जाते. द्वितीय भाषा अध्यापन हा एक फार जुना व्यवसाय आहे. व्यापार, राजकीय कार्ये, हेरगिरी, उच्च शिक्षण अशी अनेक क्षेत्रे आहेत जिथे द्वितीय भाषा अध्यापना - संपादनाची गरज भासते. भारत तर बहुभाषी देश आहे. एका राज्यातले लोक केंद्र सरकारशी किंवा इतर राज्यात राहणाऱ्या लोकांशी संवाद साधतात. एकमेकांशी सांस्कृतिक व साहित्यिक देवाण-घेवाण करतात. अशा अनेक कारणांमुळे द्वितीय भाषा शिक्षणाची गरज निर्माण होते. युरोपमध्ये एकेकाळी लॅटीन Lingua franca म्हणजे संपर्क भाषा होती. उच्च शिक्षणात व इतर उच्चस्तरीय व्यवहारात लॅटीन व ग्रीक भाषा यांना मान मिळत असल्याने बरेच लोक या दोन भाषा शिकत. युरोप मधील एकमेकांची भाषा शिकणे क्रमप्राप्त

होते, कारण ते देश छोटे छोटे आहेत, आणि त्यांना व्यापारी, साहित्यिक, व सांस्कृतिक देवाण घेवाण साठी एकमेकांची भाषा येणे अपेक्षित असते.

### ३.२.१ व्याकरण-अनुवाद पद्धती (Grammar-Translation Method)

पूर्वी, लॅटीन व ग्रीक भाषा शिकण्यासाठी व्याकरण-अनुवाद पद्धतीचा अवलंब केला जाई. ही भाषा अध्यापन पद्धती १८४० ते १९४० पर्यंत अत्यंत लोकप्रिय पद्धती होती. काही अंशी आजही या पद्धतीचा वापर केला जातो. व्याकरण-अनुवाद पद्धतीत अनुवाद व व्याकरण या दोन्ही गोष्टींना महत्त्व असते. व्याकरणिक संरचना व शब्दार्थ सूची या दोन्हींच्या आधारावर पाठ्यांशाचा अर्थ समजून घेऊन विषय आकलन करणे ही या शिक्षण पद्धतीची पहिली पायरी, आणि पुढे या ज्ञानाचा लेखनात उपयोग करणे ही दुसरी पायरी. या पद्धतीला कोणत्याही उपपत्तीचा आधार नाही. इतर भाषांतील साहित्य विश्लेषणात्मक कौशल्ये वापरणे, अनुवाद रूपाने आशय समजून घेणे हे या पद्धतीत महत्त्वाचे असायचे. पुढे पुढे व्याकरणाचा समज वाढल्यावर अनुवादावरचा भर कमी होऊन ही पद्धती फक्त व्याकरण पद्धती अशीच उरते.

व्याकरण-अनुवाद पद्धती अभिजात भाषांच्या (classical languages) संपादनात फार उपयोगी ठरत असे. मौखिक पातळीवर जरी संपादित भाषेचा वापर करता येत नसला तरी साहित्य रसास्वाद, ज्ञान संपादन, माहिती संकलन आदि गोष्टींसाठी ही पद्धती उपयुक्त असते. संस्कृत, लॅटिन, ग्रीक यासारख्या भाषा याच पद्धतीने शिकल्या-शिकवल्या जातात.

एकोणिसाव्या शतकाच्या शेवटी व विसाव्या शतकाच्या आरंभाच्या काळात समाजविज्ञान, मनोविज्ञान व भाषाविज्ञान या विषयांचा अभ्यास शास्त्रोक्त पद्धतीने केला जाऊ लागला व भाषा अध्यापना संबंधीच्या संशोधनाला एक नवी दिशा व गती मिळाली. हा अभ्यास मुख्यत्वे पुढील चार पायऱ्यांवर होऊ लागला.

### (१)   दृष्टिकोन (approach):

भाषा अध्यापनाच्या स्वरूपाच्या अभ्यासासाठी लागणारी तात्त्विक बैठक, मनोवैज्ञानिक व भाषावैज्ञानिक संशोधनाच्या आधारावर भाषाशिक्षणासाठी लागणारे 'काय' आणि 'कसे' या दोन गोष्टींकडे लक्ष देण्यात आले.

### (२)   पद्धती (method):

दृष्टिकोन हा भाषा अध्यापन पद्धतीबद्दल दिशा ठरविण्यास उपयुक्त असतो तर पद्धती भाषेच्या एकूण नियोजनाच्या आराखड्याबद्दल विचार करते.

### (३)   अभिकल्प (design):

सर्व अध्यापन पद्धतींचे विशेष विस्ताराने अभिकल्पाच्या रूपाने समोर येतात. अभिकल्पामध्ये भाषा अध्यापनाची उद्दिष्ट, अभ्यासक्रम, आशय आणि चाचणी व परीक्षा पद्धतीबद्दलचे निर्णय पुढे ठेवले जातात.

### (४)   तंत्र (technique):

म्हणजे भाषाध्यापनात प्रत्यक्ष वापरल्या जाणाऱ्या सर्व साधनांची माहिती व त्यांचे प्रात्यक्षिक.

विसाव्या शतकाच्या मध्यावर, १९२० च्या आसपास भाषा वैज्ञानिकांनी भाषांचा अभ्यास केला व भाषेतील विविध संरचना (structures) सादर केल्या. भाषा ही मुख्यतः मौखिक (श्रवण-कथन) असल्याकारणाने भाषेच्या याच रूपाकडे प्रामुख्याने लक्ष दिले जाऊ लागले. भाषेच्या प्रत्यक्ष वापराबद्दलही भाषा अध्यापक थोडा आग्रही राहू लागला आणि यातूनच डायरेक्ट मेथडचा उगम झाला.

### ३.२.२ डायरेक्ट मेथड

भाषा केवळ लिखित स्वरूपाचीच असते हा गैरसमज कमी होऊन त्याच्या प्रत्यक्ष वापराकडे अधिक लक्ष दिले जाऊ लागले. साधारण याच काळात Gouin नामक भाषा-अध्यापकाने भाषा संपादनासाठी भाषाग्रहण पद्धतीचा वापर करण्याचे सुचविले. त्यांनी असे सुचविले की, भाषा अध्यापन हे प्रत्यक्ष घडलेल्या सलग भाषिक कृतींची मालिका असते. घटकांचे सहसंबंध शोधून अनुकरण व पाठांतराद्वारे भाषा आत्मसात करणे या बाबींना त्यांनी प्रमुख तंत्र मानले. एकोणिसाव्या शतकाच्या शेवटी International Phonetic Association ची स्थापना होऊन तिच्याद्वारे International Phonetic Alphabet ची मांडणी केली गेली. या जागतिक अक्षरभाषेत वाग्यंत्राद्वारे प्रकट होणाऱ्या आणि वेगवेगळ्या भाषांद्वारे वापरल्या जाणाऱ्या सर्व ध्वनींना चिन्हे देण्यात आली. इंग्रजी हळूहळू जगाची प्रमुख भाषा बनू लागली आणि जगभर बायबल शिकविण्यासाठी इंग्रजी शिकविले जाऊ लागले. या आणि अशा तऱ्हेच्या भाषा अध्यापनाच्या प्रयत्नातून हळूहळू डायरेक्ट मेथडचा उगम झाला.

भाषा केवळ लिखित रूपात न राहता प्रत्यक्षात तिचा वापर वाढला होता. म्हणून योग्य संप्रेषणासाठी तिचा विकास होऊ लागला.

याच दरम्यान भाषेचा ओघवतेपणा (Language fluency) आणि भाषेची अचूकता (Language accuracy) या दोन संकल्पना जन्मास येऊ लागल्या.

व्याकरण अनुवाद पद्धतीमध्ये चुका करण्याची मुभा नसायची. व्याकरणिक रचनांचा व शब्दांचा नेमकेपणाने वापर आवश्यक होता. डायरेक्ट मेथडचा वापर करणारे प्रारंभीच्या काळात घडाघडा बोलू लागले याने विद्यार्थ्यांमध्ये आत्मविश्वास बळावतो, भीड चेपते, हेल कळते. पण त्यापुढे मात्र accuracy कडे लक्ष पुरवणे आवश्यक असते. कारण चुका एखाद्या विद्यार्थ्यांमध्ये जर रुजल्या तर त्या दूर करणे अत्यंत अवघड असते. याला Fossilization of errors असे म्हणतात. डायरेक्ट मेथडमध्ये जी भाषा शिकवायची असते त्याच भाषेचा वापर शिकवण्यासाठी केला जातो. सोपी, साधी संरचना वापरून प्रत्यक्ष अनुभवाद्वारे त्यांना नवीन भाषेकडे नेले जाते.

याच काळात भाषाविज्ञान व मनोविज्ञान या दोन्ही विषयांमध्ये बरीच प्रगती झाली होती. भाषेचे संरचनात्मक विश्लेषण भाषावैज्ञानिक करीत होते. या संरचना जर क्रमाने आत्मसात केल्या तर भाषा संपादन अजून सोपे होईल, असे भाषा संपादनाच्या क्षेत्रात काम करणाऱ्या संशोधक शिक्षकांना वाटले. शिवाय डायरेक्ट मेथडमध्ये जी प्रत्यक्ष अनुभव देण्याची गरज होती ती प्रत्यक्ष अमलात आणणे फार अवघड असते. या प्रत्ययातूनच संरचनात्मक पद्धतीचा उगम झाला.

### ३.२.३ संरचनात्मक पद्धती (Structural method)

१९२० ते ३० च्या दरम्यान हेरॉल्ड पामर आणि हॉर्नबी यांनी इंग्रजी शिकवण्यासाठी मौखिक अध्यापन (Oral approach) पद्धतीचा पाया घातला. हेन्री स्वीट यांनीही पाठ्यक्रम तयार

करताना शिक्षणाच्या मूलतत्त्वांचा आधार घेतला. त्यात विद्यार्थ्यांना

- मूर्ताकडून अमूर्ताकडे नेणे,
- सोप्या - रचनांकडून अवघड रचनांकडे नेणे,
- ज्ञात अनुभवाकडून अज्ञात अनुभवाकडे नेणे

हे लक्षात घेऊन अभ्यासक्रम बनवण्याचा प्रयत्न केला गेला.

याच तत्त्वांच्या आधारावर त्यांनी अध्यापन साहित्याच्या निर्मितीचे पुढील तीन टप्पे ठरवले.

(१)    आशयाची, विषयवस्तूची निवड (selection),

(२)    तिचे वर सांगितलेल्या तत्त्वांच्या आधारांवर श्रेणीवार क्रमांकन (gradation)

(३)    या    साहित्याचा    प्रत्यक्ष    सादरीकरणाचा (presentation) आराखडा.

संरचनात्मक पद्धतीमध्ये मौखिक भाषेच्या विकासाकडे विशेष लक्ष दिले जात असे. मायकेल वेस्टने वारंवारितेच्या आधारावर साधारणपणे २००० शब्दांची यादी तयार केली. व्याकरणिक संरचनांमध्ये या शब्दांची गुंफण करून पुनरुक्तीने सराव करण्याचा प्रस्ताव मांडला. या पद्धतीमध्ये पुनरुक्ती आणि सराव या प्रमुख कृती मानल्या जायच्या तसेच संदर्भातून अर्थनिर्देश करण्याचाही प्रयत्न केला जायचा. इतर भाषांचा वापर या अध्यापनात जाणीवपूर्वख टाळला जायचा.

यूरोपमधील ओरल स्ट्रक्चरल मेथड अमेरिकेमध्ये मेथड Audio Lingual म्हणून ओळखली जायची. यात प्रत्यक्ष भाषा-भाषक किंवा ऑडियो टेपच्या साहाय्याने भाषा ऐकण्यावर आणि त्याचे अनुकरण करून संरचना आत्मसात करण्यावर भर असायचा.

भाषा ग्रहण, संपादन व अध्यापन ⁇

पुन्हा पुन्हा तीच संरचना तोंडपाठ केल्याने कालांतराने ती तुमच्या क्षमतेचा भाग बनते असा त्यांचा विश्वास होता. द्वितीय महायुद्धाच्या काळात जेव्हा हेर तयार करायचे होते तेव्हा याच पद्धतीचा अवलंब केला गेला. कमीत कमी वेळात, योग्य उच्चाराद्वारे भाषा आत्मसात करणे आवश्यक असायचे. या वेळेसच भाषा प्रयोगशाळांचाही वापर सुरू झाला. सरावासाठी पाठ तयार केले जायचे. मशीनवर बसून स्वतःच ते ऐकून म्हणायचा सराव केला जायचा. पाठ साधारणपणे क्रमान्वित अध्ययन (programmed learning) पद्धतीने तयार केले जायचे. संरचनांचे नियम सांगून ते आत्मसात होईपर्यंत त्यांचा सराव केला जाई. ही सर्व पद्धती मुख्यत्वे वर्तन सिद्धान्तावर आधारित होती. पण ५० च्या दशकात चॉमस्कीच्या पुढाकाराने भाषा शिकण्याच्या या पद्धतीवर आक्षेप घेतला गेला व सराव आणि पुनरुक्तीने व्यक्ती भाषा शिकत नसून ती स्वतः भाषेतील नियम शोधण्याचा प्रयत्न करते असे मत मांडले गेले.

या दोन्ही पद्धती Oral Structural आणि Audio Lingual या पद्धती ६० च्या दशकापर्यंत अत्यंत लोकप्रिय होत्या. या पद्धतींमधील पुढील मुद्दे महत्त्वाचे होते.

(१) संरचना सर्वांत महत्त्वाची मानली जायची.

(२) उच्चारणाकडे (pronunciation) पद्धतशीरपणे लक्ष दिले जायचे.

(३) संरचना आत्मसात करण्यासाठी मौखिक स्तरावर भर होता. संवादाद्वारे पुनरुक्ती आणि पाठांतर यावर भर दिला जायचा.

(४) आघात, लय आणि सुरयोजना या तीन गोष्टींकडे विशेष लक्ष दिले जायचे.

(५) यात अध्यापनाची सुरुवात श्रवण-कथनाने व्हायची. पुढे वाचन, लेखनही शिकवले जायचे.

(६) याच काळात व्यतिरेकी अभ्यासाची सुरुवात झाल्याचे दिसते. विद्याथ्यार्थ्यांच्या प्रथम व तो शिकत असलेल्या भाषांचे तुलनात्मक व्याकरण तयार करण्यावर भर दिला जायचा. यामुळे प्रथम-भाषेचा हस्तक्षेप टाळण्याकडे लक्ष देता येत असे.

(७) प्रारंभी भाषा मोकळेपणाने बोलण्यास उद्युक्त केले जायचे व भीड चेपल्यानंतर नियमांच्या काटेकोरपणाकडे विशेष लक्ष दिले जायचे.

भारतात ८० च्या दशकापर्यंत इंग्लिश भाषेच्या अध्यापनात हीच भाषा पद्धती वापरली जात होती.

जागतिक पातळीवर भाषा अध्यापनासाठी आणि त्यासंबंधीच्या विचारांमध्ये बरेच बदल दिसून येऊ लागले होते. शिक्षणक्रम पूर्ण करून बाहेर पडणारा विद्यार्थीवर्ग व्यवसायात मात्र अपयशी ठरत असल्याचे दिसून येऊ लागले होते आणि त्याचे कारण संप्रेषणातील शिस्तीचा (Manners of speech) अभाव असल्याचे लक्षात आले. याच काळात डेल हाईम या सामाजिक वैज्ञानिकाने भाषिक क्षमता (Linguistic competence) आणि संप्रेषण क्षमता (Communicative competence) या स्वतंत्र दोन क्षमता असल्याचे मत मांडले होते. औपचारिक आणि अनौपचारिक भाषा वापराचे महत्त्व मांडण्याचा प्रयत्न केला होता.

भाषा ग्रहण, संपादन व अध्यापन ⬜⬜

या सर्व गोष्टींमुळे भाषा व्यवहाराचा (Functional language) अभ्यास पुढे आला.

औपचारिक - अनौपचारिक शैलींमुळे संप्रेषणांच्या नियमांमध्ये होणारे बदल कसे नित्याच्या संप्रेषणामध्ये निरनिराळे असतात हे त्यांनी दाखवून दिले. जसे ओळख करून देताना मित्र असेल तर वेगळ्या भाषेत, बॉस असेल तर वेगळ्या भाषेत, घरात काही व्यक्तींशी अनौपचारिकपणे (उदाहरणार्थ, मोठा भाऊ, वडील) वागत असलो तरी चारचौघात त्यांचा मान राखण्यासाठी औपचारिकरित्या वागतो या गोष्टींकडे लक्ष वेधले आणि पुढे भाषा अध्यापन पाठांमध्ये आपल्याला हे प्रकार दिसू लागले. Wilkins A यांनी Notional functional पद्धतीला शास्त्रोक्त रितीने आपल्या अध्यापनात अंतर्भूत करून घेतले. ओळख करून देणे, अभिवादन करणे, आमंत्रण देणे, ते स्वीकारणे वा अस्वीकारणे, माहिती गोळा करणे, सूचना करणे इत्यादी निरनिराळ्या गरजा भाषिकदृष्ट्या कशा अभिव्यक्त कराव्या याकडे लक्ष दिले. हे करताना स्थळ, काळ, वारंवारिता, गुणवत्ता इत्यादी गोष्टींचे भान ठेवण्यालाही महत्त्व दिले.

## ३.२.४ प्रासंगिक पद्धती (Situational Method)

या पद्धतीमध्येही भाषा-व्यवहाराला महत्त्व दिले गेले. एखादा प्रसंग घेऊन त्याच्या विविध अंगानी लागणाऱ्या वाक्यरचनांचा सराव हे या पद्धतीत महत्त्वाचे मानले जाई. उदाहरणार्थ, सहलीला जाण्याचा प्रसंग घेतला तर, सहलीला कुठे व का जायचे यासंबंधीची संवादरूपात प्रश्नोत्तरे तयार केली जायची, नंतर सहलीचे इतर विशेष किती दिवसांसाठी जायचे, कुठे राहायचे, सहलीला कोणत्या mode ने विमानाने, रेल्वेने, बोटीने, की

बसने, कोणत्या पद्धतीने जायचे यासाठी क्रियाविशेषणात्मक पदसमूहांची निर्मिती शिकवली जायची.

या पद्धतीचे दुसरे विशेष म्हणजे जोडी (pairs)ने सर्व भाषिक कृती केल्या जायच्या. संभाषण व त्यांचे सामाजिक रूप या दोन्ही गोष्टींवर भर असायचा.

या सर्व पद्धती जरी संप्रेषणावर भर देऊ लागल्या होत्या तरी संरचनांना अजून महत्त्व असे. संवाद एक ठराविक (Structure frame) मध्ये असणे आवश्यक असायचे. यातूनच हळूहळू भाषा अध्यापनाच्या संप्रेषण पद्धतीचा (Communicative method) जन्म झाला.

## ३.२.५ संप्रेषणात्मक पद्धती (Communicative Method)

वर सांगितलेल्या दोन्ही पद्धती ७०-८० च्या दशकात बऱ्याच लोकप्रिय होत्या. पण हळूहळू भाषेचा विद्यार्थी हा स्वयं-प्रेरणेने भाषा शिकतो, त्याच्यामध्ये स्वतः नवनवीन रचना निर्माण करण्याची (creativity) क्षमता असते ही गोष्ट पटू लागली होती. शिवाय संरचनावाद हा किती फसवा आहे हे चॉमस्कीने दाखवून दिले होते. 'John is easy to please' आणि 'John is eager to please' या दोन संरचना पृष्ठस्तरावर समान असून, John दोन्ही वाक्यांमध्ये व्याकरणिक 'कर्ता' असला तरी, 'कृती करणारा' म्हणून फक्त दुसऱ्याच वाक्यात आहे. प्रथम वाक्यात 'जॉनला खूष करणे सोपे' असा अर्थ निघतो, तर दुसऱ्यामध्ये 'जॉन कुणाला तरी खूष करण्यास तयार आहे' म्हणजे या वाक्यात जॉन हा व्याकरणिक दृष्टिने 'कर्ता' आहे. 'They are hanging curtains' या वाक्यात तुम्ही कोणत्या शब्द समूहानंतर थांबता

यावरून अर्थ बदलतो. 'are hanging' एकत्र वाचले तर एक अर्थ, आणि 'hanging curtains' एकत्र वाचले तर वाक्याचा दुसरा अर्थ स्पष्ट होतो. एकूण काय केवळ संरचनांचा अभ्यास करणे पुरेसे नाही तर त्यातून व्यक्त होणाऱ्या अर्थाकडेही लक्ष देणे आवश्यक असते. वाक्यांचे हे दोन अर्थ संदर्भातून स्पष्ट होतात. त्यावरून संदर्भसापेक्ष भाषिक रचना आणि त्यासाठी लागणाऱ्या भाषिक शिस्तीचे नियम या दोन्हीची सांगड घालून Communicative method ची निर्मिती झाली.

या पद्धतीचे वैशिष्ट्य म्हणजे विद्यार्थ्यांना शिकत असलेल्या भाषिक व्यवस्थेचा भरपूर अनुभव देणे ही या पद्धतीतली एक गरज मानली गेली. विद्यार्थ्यांना नियम बांधणीची संधी देणे, त्यांना वेगवेगळ्या परिस्थितीत भाषा वापर करून भाषेची शिस्त अंगी बाणवणे, औपचारिक (formal) व अनौपचारिक (informal) भाषेतील फरक समजून घेऊन त्यांचा योग्य वापर करणे इत्यादी या पद्धतीची वैशिष्ट्ये आहेत. प्रत्यक्ष अनुभवांशी व जीवन परिस्थितीशी संबंधित असल्याकारणाने एकूण सर्व भाषिक क्षमता विकसित करण्यास मदत होते. या पद्धतीचे विशेष खालीलप्रमाणे-

(१) या पद्धतीमध्ये संरचना व अर्थ या दोन्हींकडे लक्ष केंद्रित केले जाते. म्हणजेच तिच्याद्वारे पूर्ण होणारी सर्व कार्ये या पद्धतीत समाविष्ट केलेली असतात.

(२) या पद्धतीचा पाया बोधात्मक उपपत्ती (cognitive) वर आधारित आहे.

(३) पाठ संदर्भ व अनुभव सापेक्ष असणे महत्त्वाचे मानले गेले आहे.

भाषा ग्रहण, संपादन व अध्यापन ▨▨

(४) भाषा संपादनात (fluency) वर भर असावा आणि चुकांना चुका न म्हणता भाषा-संपादनाची पायरी मानले जावे.

(५) भाषा अध्यापन प्रक्रियेत श्रवण-कथन-वाचन-लेखन या क्रमाने भाषा विकास साधावा. व्याकरण कौशल्यांचा विकास करता करता दृढ करावे. त्या पद्धती एकत्रितपणेने (integrated) शिकविले जावे.

(६) अध्यापन विद्यार्थी केंद्रित असावे व जोडीने किंवा गटांमध्ये भाषा-संपादनाची संधी द्यावी.

(७) भाषेत प्राविण्य मिळवणे म्हणजे सुटी वाक्ये तयार करता येणे नसून, एखाद्या प्रसंगात अर्थपूर्ण भाषा व्यवहार करणे हे होय.

(८) भाषा शिक्षक हा अध्यापक नसून मार्गदर्शक (facilitator) असावा लागतो.

भाषा-संपादनाच्या दृष्टीने ही पद्धती सर्वांत उपयुक्त मानली जाते. उद्योग व्यवसायासाठी विषय सापेक्ष भाषा अध्यापन (Teaching language for specific purpose) याच पद्धतीवर आधारित आहे.

शिक्षण क्षेत्रात काम करणाऱ्यांपैकी अनेकांचा असा समज आहे की, ही पद्धत केवळ इंग्रजीच्या संपादनासाठी उपयुक्त आहे, पण हे सत्य नाही. सर्व प्रकारच्या भाषा संपादनात Communicative method उपयोगी असते. खरे पाहिल्यास, भाषा ही विविध संरचनांनी बनलेली आहे म्हणून तिच्या संरचनांचे नियम शिकणे महत्त्वाचे आहे. प्रत्यक्ष अनुभवाद्वारे ते साध्य करणे सर्वांत उचित. भाषेच्या चारही कौशल्यांवर प्रभुत्व

मिळविणे हे भाषा अध्यापनाचे मुख्य उद्देश्य आहे, हे लक्षात ठेवून मौखिक विकासासाठी विद्यार्थ्यांना उद्युक्त करणे, बोलण्याची संधी उपलब्ध करून देणे महत्वाचे असले पाहिजे. अस्खलितपणा (fluency) आणि भीड चेपल्यावर नियमांचा काटेकोरपणे वापर करण्यासाठी आग्रही बनले पाहिजे. कारण बोल भाषेत (Spoken language) जरी fluency महत्वपूर्ण मानली गेली तरी लिखित भाषेत ती गौण असते. लिखित भाषा वापरात जोपर्यंत प्रमाण भाषेचे व्याकरणिक नियम काटेकोरपणे पाळले जात नाहीत तोपर्यंत लेखन कौशल्य विद्यार्थ्यांनी आत्मसात केले असे म्हणता येणार नाही.

भाषा अध्यापन प्रभावीपणे करायचे असेल तर सर्व प्रकारच्या पद्धतींतून योग्य त्या गोष्टी आपल्या अध्यापनात अंतर्भूत करणे आवश्यक असते. या पद्धतीला सर्व समावेशक (eclectic method) पद्धती असे म्हणतात.

## भाषा संपादनात भाषा अध्यापनासंबंधीचे प्रमुख मुद्दे:

१. भाषा अध्यापन एक जुना व्यवसाय आहे.

२. व्यापार उदीम, राजकीय कार्यात, हेरगिरीत, उच्च शिक्षणात, आंतरराष्ट्रीय सहसंबंध इत्यादी अनेक क्षेत्रांत प्रथम भाषेव्यतिरिक्त इतर भाषांची गरज असते.

३. भारत बहुभाषी देश आहे म्हणून केंद्र सरकारशी व इतर राज्यांतील सरकार वा व्यक्तींशी संपर्क / संवाद साधण्यासाठी इतर भाषांची गरज असते

४. लॅटीन व ग्रीक भाषा जेव्हा युरोपमध्ये प्रतिष्ठेच्या भाषा होत्या तेव्हा सर्वजण या दोन भाषा शिकण्याचा प्रयत्न करत. भारतातही संस्कृतबद्दल तेच म्हणता येईल.

५. भाषा अध्यापनाची सर्वांत प्राचीन पद्धत म्हणजे व्याकरण-अनुवाद पद्धती. त्यामध्ये व्याकरणिक नियम आणि अनुवाद या दोन गोष्टी नवीन भाषा शिकण्यासाठी पुरेशा मानल्या जात. अभिजात भाषेसाठी त्या खरोखर पुरेशाही आहेत.

६. पुढे भाषा-विज्ञान आणि मनोविज्ञानाच्या विकासामुळे २० व्या शतकात परिस्थिती बदलली.

७. भाषाविज्ञानाद्वारे विविध भाषांचे व्याकरण तयार झाले. त्यातील भाषा व्यवस्थेत उपलब्ध असलेल्या संरचनांना महत्त्व आले आणि संरचनात्मक भाषाविज्ञानाचा पाया घातला गेला. भाषा अध्यापनातही संरचना शिकवणे हे मुख्य मानले गेले. तसेच वर्तनादी सिद्धान्ताचा आधार घेऊन भाषा शिकवली जाऊ लागली. म्हणून अनुकरण आणि सराव या दोन तंत्रांवर (techniques) भर दिला जाऊ लागला. भाषा ही मुख्यतः मौखिक आहे, हे मान्य करून मौखिक म्हणजे श्रवण-कथन यांचा विकास हे प्राथमिक उद्देश बनले. या पद्धतीला युरोपमध्ये Oral Structural Method असे नाव, तर अमेरिकेत या पद्धतीलाच Audio Lingual असे नाव होते. प्रत्यक्ष भाषा-भाषकांशी संवाद साधून भाषा शिकण्यावर भर होता. उच्चारण, लय व सुरयोजनेला महत्त्व मिळले. बिनचूक (accuracy) संरचना यांना अध्यापन पद्धतीत महत्त्व दिले जायचे.

८. चॉमस्कीच्या क्षमतावादी उपपत्तीनंतर भाषा अध्यापनात अनुकरण आणि सराव या दोन्ही गोष्टी बिनमहत्त्वाच्या मानल्या जाऊ लागल्या. भाषा व्यवहारात प्रत्यक्ष भाग घेणे (participate) हे महत्त्वाचे मानले गेले. भाषेच्या सर्व

कौशल्यांचा बरोबरीने विकास होणे हे उद्‌दिष्ट बनले. संप्रेषणासाठी अगोदर श्रवण-कथन आणि याचेच विस्तारित रूप वाचन-लेखन असे मानले जाऊ लागले. भाषा व्यवहारासाठी भरपूर संधी मिळणे आवश्यक मानले जाऊ लागले. हे अनुभव देण्यासाठी विद्यार्थ्यांना जोडीने किंवा गटात प्रत्यक्ष संप्रेषण करणे, हे भाषा अध्यापनाचा प्रमुख भाग बनले.

# भाषिक परिस्थिती, भाषा नियोजन
# व भाषा धोरण

भारत हा बहुभाषी देश आहे. प्रसिद्ध भाषावैज्ञानिक अन्नामलाई त्याला Linguistic giant म्हणतात. १९९१ च्या (Census) जनगणने प्रमाणे भारतात १६५२ भाषा आहेत, आणि या भाषा चार वेगवेगळ्या भाषा परिवारात मोडतात. हे परिवार म्हणजे आर्यपरिवार, द्राविड, टिबेटो-बर्मन आणि ऑस्ट्रोएशियाटिक. यातील १५ भाषांना संविधानाने मान्यता दिली आहे. पंजाबी, गुजराती, मराठी, ओडिया, बंगाली, आसामी, सिंधी आणि काश्मिरी या आर्य भाषा आहेत; तर कन्नड, तमिळ, तेलगु व मलयालम या द्रविडी आहेत. शिवाय भारतात २०० आदिवासी भाषा आहेत, ज्यातील काही वर सांगितल्याप्रमाणे टिबेटो-बर्मन भाषा गटात मोडतात आणि नागालॅंड, अरुणाचल, मेघालय, मणिपूर वगैरे ईशान्येकडील प्रांतात बोलल्या जातात. काही भाषा मध्यप्रदेशातील आदिवासींमध्ये सांथाली, खडिया, सऔरा, कुवी वगैरे आहेत त्या ऑस्ट्रोएशियाटिक गटात मोडतात. हिंदी व इंग्लिश या भाषा प्रशासनासाठी मान्य केल्या गेल्या, त्यात हिंदीला राष्ट्रभाषेचे स्थान देण्यात आले. याशिवाय कोंकणी, राजस्थानी, मैथिली व डोगरी यांना साहित्य ऑकॅडमीने साहित्य पुरस्कारासाठी मान्यता दिली. भारतात अजूनही अशा अनेक भाषा आहेत, ज्या बोलणाऱ्यांची संख्या अनेक लाखाच्या घरात जाते व त्या भाषांत विपुल साहित्यही उपलब्ध आहे. या सर्व

भाषा सरकारकडून मान्यता मिळवण्यासाठी धडपडत आहेत, आंदोलने करीत आहेत. या सर्व भाषांच्या धर्म, जात, भौगोलिक परिस्थिती, व्यवसाय, सामाजिक स्तर या सर्वांवर आधारित बोली आहेत. पण तरीही या सर्व वैविध्यतेतही एकसुसूत्रता आहे. राज्यांच्या सीमेवर त्या सरमिसळ स्वरूपाच्या बनतात तरीही स्वतःचे आपलेपण जपतात. शिवाय, भारतात अशा दोन भाषा आहेत, ज्या कोणत्याही गटाच्या आपल्या अशा भाषा नाहीत, तरी संपर्क भाषा म्हणून त्यांना समाजात मान्यता आहे. देसिया ही मध्यप्रदेशातील आदिवासी भाषा बोलणाऱ्यांची संपर्क भाषा आहे, आणि नागामी ही नागालँडच्या अनेक भाषा-भाषकांमध्ये संपर्क भाषा म्हणून वापरली जाते. (नागालँडमध्ये अनेक स्वतंत्र भाषा आहेत, त्यातील नऊ भाषांना शालेय शिक्षणासाठी मान्यता दिली गेली आहे).

भारत देशाच्या भाषिक परिस्थितीचे नुसते वर्णन वाचले तरी त्याची Complexity लक्षात येते. ही गुंतागुंतीची परिस्थिती अजून दोन कारणांमुळे कठीण झाली आहे. एक म्हणजे युनेस्कोच्या जागतिक सर्व शिक्षा अभियोजनेप्रमाणे प्राथमिक स्तरावर सर्वांना मातृभाषेत शिक्षण देणे हा निर्देश, आणि दुसरे म्हणजे भाषा अध्ययनासंबंधी असलेले गैरसमज. अगोदर या दोन्ही गोष्टी समजून घेऊ.

## १.५.१ मातृभाषेतून शिक्षण: धोरण, आखणी आणि नियोजन

मातृभाषेत शिक्षण म्हंटल्यावर मातृभाषेची व्याख्या आली. मातृभाषा म्हणजे ग्रहण काळात आत्मसात केलेली भाषा आणि ही भाषा बहुधा बोली स्वरूपात असते. तिचे स्वतःचे संपूर्ण व्याकरण असते. पण बोलीत शिक्षण देणे शक्य नाही. म्हणूनच

शिक्षण प्रमाण भाषेत दिले जाते. प्रमाण (मानक) भाषेतील शिक्षणाला प्रथम भाषेमधले शिक्षण म्हटले जाते. शिक्षणाची सुरुवात करताना बोली आणि प्रमाण अशा द्वैभाषिक अध्यापन पद्धतीचा अवलंब केला तर शिक्षक व विद्यार्थी या दोघांच्या दृष्टीने सोईचे होऊ शकते.

याच समस्येची दुसरी एक बाजू आहे. ती म्हणजे आपल्या देशाची जरी भाषावार प्रांत रचना करण्यात आली तरी, प्रत्येक राज्यात इतर भाषा बोलणाऱ्यांची संख्या २५ टक्क्यांपेक्षा अधिक दिसून येते. नोकरी, व्यवसाय इत्यादी विविध कारणांमुळे ही मंडळी दुसऱ्या प्रांतात जाऊन स्थायिक झालेली असते, आणि राज्याच्या शिक्षण धोरणात त्यांची दखल घेणे आवश्यक असते. या भाषकांना अल्पसंख्यांक म्हटले जाते. त्यांची गरज भागविण्यासाठी राज्याने या गटातील लोकांना आपापल्या भाषेत शाळा चालविण्याची परवानगी दिली आहे. सरकारतर्फे त्यांना या कामासाठी अनुदानही दिले जाते.

मुंबई शहरात या अल्पसंख्यांकांची संख्या खूप मोठी आहे, आणि बहुतकरून हे लोक समाजाच्या निम्न स्तरात मोडतात. ते झोपडपट्टी किंवा चाळींत वास्तव्य करून राहतात. मुंबई महानगरपालिका या लोकांच्या मुलांसाठी सात भाषा माध्यमातून शिक्षण देते. या शाळांची संख्या २००३ च्या सर्वेनुसार खालीलप्रमाणे आहे -

- २४९ मराठी
- २३३ हिंदी
- २०३ उर्दू
- ११६ गुजराती
- ५० तमीळ

- ४५ कन्नड
- ४४ तेलुगू

दुसरी समस्या भाषा अध्यापनाशी निगडीत आहे. अध्यापनासंबंधी काही गैरसमजुती रूढ आहेत आणि त्यामुळे भाषा नियोजन आणि धोरण बांधणीत अडचणी येतात.

(१) विज्ञान व तंत्रविज्ञानाचा अभ्यास करणाऱ्यांना भाषाप्रभुत्वाची गरज नाही असे वाटते, म्हणून बऱ्याच शैक्षणिक संस्थांत भाषेला पर्याय म्हणून तांत्रिक विषय निवडण्याची मुभा असते.

(२) भारतीय भाषांमध्ये विज्ञान व तंत्रविज्ञान शिकवण्यासाठी पुरेसे सामर्थ्य नाही. या गैरसमजुतींमुळे अनेक समस्या जन्माला आल्या.

(३) इंग्रजी माध्यम असलेल्या शाळांचे प्रमाण वाढले.

(४) काही शैक्षणिक संस्थांनी विज्ञान व गणित विषय इंग्रजीत व इतर विषय मराठीत शिकवायला सुरुवात केली.

(५) काहींनी दुभाषिक अध्यापन पद्धतीचा अवलंब केला, म्हणजे पुस्तके इंग्रजीत, परीक्षा इंग्रजीत परंतु प्रत्यक्ष अध्यापन मात्र प्रथम भाषेत. याचा परिणाम असा झाला की इंग्रजी साहित्यासारखा विषयही बी.ए., एम.ए. मध्येही प्रथम भाषेतच शिकविला जाऊ लागला.

इतर दोन गैरसमज अध्यापकांच्या संदर्भातले आहेत. एक असा की, ज्याला भाषा बोलता येते तो भाषा शिकवू शकतो. परिणामी मुंबई महानगरपालिकेच्या तमिळ, तेलुगू वगैरे शाळांमध्ये पी.टी. चे मराठी भाषक मराठी शिकवण्याचे काम करीत असत, आणि दुसरे म्हणजे साहित्य आणि भाषा या दोन गोष्टींमध्ये गफलत. डी. पी. पट्टनायक ह्यांच्या मताप्रमाणे भाषा अध्यापनाचे धोरण

भाषा ग्रहण, संपादन व अध्यापन ⬚⬚

बनवणारे आणि अध्यापन करणारेदेखील ही गफलत करतात "confuse between teaching a language, teaching about a language and teaching through a language" (भाषा शिकवणे, भाषेबद्दल शिकवणे आणि भाषेतून शिकवणे).

पाठ्यपुस्तकांचे अध्यापन म्हणजे भाषा अध्यापन, व्याकरणाचे अध्यापन म्हणजे भाषा अध्यापन अशाही काही गैरसमजुती भाषा अध्यापनाच्या कार्यात आणि त्यासंबंधीच्या धोरण बांधणीत समस्या म्हणून पुढे येतात. पण या सर्व निव्वळ गैरसमजुती आहेत हे आपण मागील उप-घटकात पाहिले आहे.

## १.५.२  त्रिभाषा सूत्र

अशा भाषिक परिस्थितीत भाषिक धोरण निश्चित करणे एक मोठे आव्हान ठरते. भारताला स्वातंत्र्य मिळाल्यानंतर देशाची विभागणी भाषावर विविध प्रांतात झाली आणि त्या त्या भाषांना त्यांच्या प्रांतात सर्व कार्यासाठी मान्यता दिली गेली. म्हणजे राज्य कारभार, शिक्षण, प्रसार माध्यमातील कामकाज हे सर्व प्रांतीय/राज्य भाषेत होऊ लागले. १९४१ मध्ये युनिव्हर्सिटी एज्युकेशन कमिशनची स्थापना झाली आणि या कमिशनद्वारे त्रिभाषा सूत्र (formula) सुचवले गेले.

याप्रमाणे "Children should be given education at the primary level in their mother tongue (L1), but they should be made conversant at a secondary, higher secondary as well as university with three languages - the regional language (L1); the general language that is (L2) i.e. HIndi; the international language (L3) i.e. English" (Report of the University Education

Commission 1949). राज्यभाषा ही सर्व व्यवहारासाठी शिकवावी, हिंदी देशातील इतरांशी संपर्क साधण्यासाठी आणि इंग्लिश जगातील घडामोडींशी संपर्क राहण्यासाठी, असे या त्रिसूत्री धोरणाचे स्वरूप ठरले. पंडीत जवाहरलाल नेहरूंनी इंग्लिश भाषेला 'Window to the World' असा दर्जा बहाल केला.

त्यानंतर १९८५ साली भाषा मंत्रालयातर्फे (Ministry of Education) या संबंधीचे विस्तारित व सुधारित नियोजन व धोरण प्रसिद्ध केले गेले. पण खेदाची गोष्ट अशी की, या दस्तावेज (document)) मध्ये, भाषा जी आपल्या भोवतीचे जग समजण्यासाठी आणि त्याच्या आकलनासाठी एक महत्त्वाचे साधन असते, ती दुर्लक्षित राहिली आहे. पण १९८६ मध्ये मानवी संसाधन विभाग (Human Resource Development) तर्फे 'शिक्षणाचे राष्ट्रीय धोरण (The National Policy of Education)' मध्ये काही विशिष्ट धोरणात्मक विधाने मांडली गेली आहेत, त्यात भाषा शिक्षणासाठी एक संपूर्ण अध्याय (chapter) दिला गेला आहे. हे नवीन धोरण खालील गोष्टींवर विशेष भर देते.

(१) राज्यभाषा विद्यापीठीय स्तरापर्यंत माध्यम म्हणून वापरली जावी.

(२) त्रिभाषासूत्र काटेकोरपणे अमलात आणावे.

(३) भाषिक क्षमतांना त्या त्या वयप्रमाणे व स्तराप्रमाणे विकसित करावे आणि त्याबरोबरच हिंदीला संपर्क भाषा म्हणून विकसित करावे.

(४) इंग्रजी व इतर परदेशी भाषांच्या अध्ययनाची सुविधा उपलब्ध करुन द्यावी शैक्षणिक धोरणात हे त्रिभाषा सूत्र अनिवार्य केले

असले तरी त्याचे काटेकोरपणे पालन केले जातेच असे नाही, त्याबद्दल आपल्याला पुढीलप्रमाणे परिस्थिती दिसते.

काही राज्यात फक्त दोनच भाषा खऱ्या अर्थाने शिकविल्या जातात. हिंदी प्रांतात हिंदी आणि इंग्रजी या दोन भाषांव्यतिरिक्त संस्कृत शिकविले जाण्याचा दावा त्यांच्याकडून होतो, तर तमिळनाडूने हिंदी भाषा शिकविण्यास नाराजी दाखविली आहे, म्हणून तिथे ही दोनच भाषा शिकवल्या जातात. ज्या प्रांतात त्रिभाषा सूत्र राबवले जाते, त्यात या भाषांचे शिकवणे व्यवस्थित (phasing) होत नाही. महाराष्ट्रात इंग्रजी माध्यमांच्या शाळांमध्ये प्राथमिक स्तरावर म्हणजे तिसरीत हिंदी व चौथीत मराठी भाषा सुरू केली जाते. बऱ्याच शाळांमध्ये दोन्ही भाषा शिकवणारे शिक्षक एकच असतात, आणि लिपी समान असल्यामुळे भाषाही समान असण्याचा गैरसमज/संभ्रम शाळेच्या, संस्थापनेच्या, तसेच शिक्षकांच्या मनात असतो. हिंदी व मराठी भाषा वेग-वेगळ्या आहेत आणि त्या किती वेगळ्या आहेत ते व्यतिरेकी व्याकरणाकडे पाहिल्यास लक्षात येते. शब्दसंपत्तीदेखील समान वाटली तरी अतिशय वेगळी आहे, आणि त्यामुळे गंभीर स्वरूपाच्या समस्या उभ्या राहू शकतात. एकच शब्द उदाहरणासाठी पुरेसा आहे, तो म्हणजे 'सहवास' याचा मराठीत अर्थ 'कोणाशीही सोबत' असा आहे, पण हिंदीत त्याचा अर्थ 'शय्या सोबत' असा आहे. 'बाई' साधा मराठी शब्द हिंदीत वेश्येसाठी वापरला जातो. या अशा गैरशब्दामुळे केवढा गोंधळ उडू शकतो हे प्रत्यक्ष तो शब्द वापरणाऱ्यांना विचारून पहावे. एकाच शब्दाच्या दोन भाषांतील गैरवापरामुळे होणाऱ्या वेगवेगळ्या अर्थांमुळे केवढा अनर्थ होऊ शकतो हे लक्षात घ्यावे.

भाषा ग्रहण, संपादन व अध्यापन ⬜⬜

त्रिभाषा सूत्र लागू न होऊ शकण्याची कारणे आर्थिक, राजकीय व प्रेरणार्थक अशी तीनही म्हणता येतील. बिहारच्या लोकांनी बंगाली किंवा आसामी शिकणे, मध्यप्रदेशातील लोकांनी उडिया किंवा मराठी शिकणे किंवा उत्तर प्रदेशच्या पश्चिमी भागातील लोकांनी पंजाबी किंवा गुजराती शिकणे उपयुक्त वाटते. कारण शेजारी राज्यातील लोकांशी त्यांचा संपर्क असतो आणि नोकऱ्या वगैरे मिळण्याची शक्यताही असते. डॉ. एस. के. वर्मा यांच्या म्हणण्याप्रमाणे, "Three language formula is the surface manifestation of language choice and its ordering in multi-language settings. It attempts to weld different parts of the country into one nation. Language conflicts can be reduced if the society and government assign values and function to language, keeping in mind that India represents Sociolinguistic Unity among linguistic diversity", म्हणून फक्त तीन किंवा चार भाषा शिकवाव्या हे म्हणणे पुरेसे नाही. भाषा शिकण्या-शिकविण्यामागची उद्दिष्टे नेमकेपणाने मांडणे आवश्यक आहे. तसेच भाषेची कोणती कौशल्ये कोणत्या पातळीपर्यंत शिकवली गेली पाहिजेत, त्यामध्ये किती प्रभुत्व मिळवणे गरजेचे आहे, या गोष्टी स्पष्टपणे नमूद केल्या गेल्या पाहिजेत. असे झाल्यावर गरजेप्रमाणे भाषा पाठ्यक्रमांचे अभिकल्प मांडणी(designing) व नियोजन करता येणे शक्य होऊ शकते. ('It is only then that need based courses can be meaningfully designed - Verma')

फर्थ म्हणतात - "Throughout the period of growth, we are progressively incorporated into our social organisations and the chief condition and means of भाषा ग्रहण, संपादन व अध्यापन ।।

that incorporation is learning to say what the other fellow expects us to say in the given circumstance. A grownup man has to play many parts, functioning many characters and unless he knows his lines as well as his roles, he is of no use in the plan." भाषा शिकणे म्हणजे योग्य वेळेस, योग्य पद्धतीने, योग्य कारणासाठी संभाषण करणे. शिवाय त्यांच्याच शब्दात सांगायचे तर "it also means ability to move from 'here and now' to what is 'there and beyond'", आणि म्हणून शिक्षण क्षेत्रात काम करणाऱ्या तज्ञांनी, भाषा शिक्षकांनी आणि भाषावैज्ञानिकांनी एकत्र येऊन एक अशी भाषा अध्यापन पद्धती शोधून काढणे आवश्यक आहे की जेणेकरून एका भाषेकडून दुसऱ्या भाषेकडे जाताना आपल्या विद्यार्थ्यांची नाळ त्यांच्या मातृभाषेशी जोडलेली राहील. वर्मा पुढे म्हणतात - "setting demands of multilingual and parametric education policy with a built-in system for using more than one language, as the medium of instruction is crucial to problems of people in pluricultural society."

थोडक्यात असे म्हणता येईल की, प्रथम भाषा म्हणजे L1 नेहमीची कार्ये करण्यात योग्य व आवश्यक असते, ती भाषा पुढे समाजातील विविध स्तरांच्या लोकांशी संपर्काचे साधन बनते, आणि माणसाच्या समाज जीवनाला समृद्ध करते.

१९५६ च्या सरकारी दस्तावेज मध्ये म्हटल्याप्रमाणे "Learning through mother tongue is the most potent and comprehensive medium of expression of the student's entire personality." इथे हे लक्षात ठेवणे आवश्यक

आहे की, mother tongue म्हणजे प्रमाणभाषा. द्वितीय किंवा L2 ती सर्व कार्ये हाताळते जी प्रथम भाषेच्या माध्यमातून शक्य होत नाहीत. उदाहरणार्थ, इतर राज्यातील लोकांशी संपर्क, व्यापार, व्यवसाय, नोकरी वगैरेच्या गरजा भागवणे. L3 परदेशी भाषा जी पाश्चिमात्य जगताला समजून घेण्याचे साधन आहे. पाश्चिमात्य संस्कृतीबद्दलची सर्व माहिती या भाषेमुळे शक्य होऊ शकते. आजच्या काळात जागतिकीकरणाच्या संदर्भात या परदेशी भाषांची गरज तीव्रतेने जाणवू लागली आहे. L4 अभिजात भाषा जिच्यामुळे प्राचीन संस्कृती, इतिहास, तत्त्वज्ञान वगैरेचा परिचय होऊ शकतो, जिच्यामुळे आपली संवेदनशीलता विकसित होऊ शकते आणि त्याबरोबर विश्लेषणाची साधने मजबूत होऊन अर्वाचीन भाषांना समृद्ध करता येते. आपण पाहतोच की संस्कृत भाषेचे अध्यापन कमी झाल्याने पर्यायी शब्द इंग्रजी भाषेतून शोधले जातात व त्यामुळे भाषांची सरमिसळ पाहायला मिळते.

महाराष्ट्रात त्रिभाषा सूत्राची अंमलबजावणी खालीलप्रमाणे केली जाते.

(१) पाचवी ते सातवी मराठी, हिंदी व इंग्रजी या तीन भाषा सर्व विद्यार्थ्यांसाठी अनिवार्य आहेत.

(२) मराठी माध्यमात हिंदी द्वितीय व इंग्रजी तृतीय

(३) हिंदी माध्यमात मराठी द्वितीय व इंग्रजी तृतीय

(४) इंग्रजी माध्यमात हिंदी द्वितीय व मराठी तृतीय

(५) या व्यतिरिक्त इतर भाषा माध्यम म्हणून असतील तर माध्यमाची भाषा प्रथम (जसे तेलुगू, तमिळ वगैरे) हिंदी व मराठी ५०-५० मार्कांचे द्वितीय भाषा म्हणून व इंग्रजी तृतीय भाषा. हे बहुधा मुंबई महानगरपालिकेद्वारा संचालित शाळांमध्ये दिसते.

भाषा ग्रहण, संपादन व अध्यापन ॥७॥

(६) आठवीनंतर मात्र माध्यमाची भाषा ही प्रथम भाषा व इंग्रजी ही तृतीय भाषा अनिवार्यपणे शिकविल्या जातात. द्वितीय भाषेसाठी अनेक पर्याय आहेत. हिंदी-मराठी वर सांगितल्याप्रमाणे किंवा या दोन्ही भाषांव्यतिरिक्त संस्कृत, अर्धमागधी अशा प्राचीन भाषा किंवा फ्रेंच, जर्मन, अरबी, फारसी अशा परकीय भाषा शिकण्याची मुभा आहे.

(७) उच्च माध्यमिक शाळांमध्ये इंग्रजी सर्वांना अनिवार्य आहे. या व्यतिरिक्त, मुलांची एखादी भाषा जी प्राचीन संस्कृत, अर्वाचीन हिंदी, मराठी सारखी असू शकते किंवा फ्रेंच, जर्मनसारखी परकी असू शकते. शिवाय विज्ञान शाखेतील मुलांना भाषेचा पर्याय म्हणून तांत्रिक विषय निवडता येतात.

## १.५.३ प्रथम भाषा व द्वितीय भाषा शिकविण्याची उद्दिष्टे

भाषा-अध्यापन किंवा एकूणच अध्यापनाचा दुसरा पैलू पूर्वी सांगितलेल्या गैरसमजांशी आणि सामाजिक परिस्थितीशी संबंधित आहे. इंग्रजीला एक आगळी प्रतिष्ठा आपल्या देशात प्राप्त आहे. इंग्रजी येणाऱ्यांना प्रगतीची, यशाची सर्व दारे खुली असतात, हे सत्य आहे. पण इंग्रजी भाषेवर प्रभुत्व असणे आणि इंग्रजीतून शिक्षण घेणे या दोन स्वतंत्र गोष्टी आहेत. इंग्रजी आपल्या सर्वांची द्वितीय भाषा आहे. ती थोडीफार कानावर पडते. इथे हेही लक्षात ठेवणे अत्यंत गरजेचे आहे की ग्रहणात्मक (receptive) आणि प्रकटात्मक (productive skill) ही विशिष्ट व स्वतंत्र कौशल्ये आहेत, आणि इंग्रजीतून शिक्षण घ्यावयाचे असेल तर या दोन्ही प्रकारच्या कौशल्यांत प्राविण्य मिळवणे आवश्यक असते. पण या शाळांमध्ये इंग्रजीचे अध्यापन प्रथम भाषा पद्धतीनेच केले जाते. सामान्यतः भाषेची नैसर्गिक क्षमता

(aptitude) असणारी आणि कुशाग्र बुद्धिमत्तेची मुले अशा अध्यापन पद्धतीतही यशस्वी होतात. पण सामान्य बुद्धिमत्ता असलेली आणि घरातून त्याबद्दल पाठिंवा नसणारी मुले इंग्रजी शिकू शकत नाहीत, तिच्यातून शिकविलेले विषय, ही मुले साधारणपणे सर्व परीक्षा पाठांतराच्या साहाय्याने पार पाडतात. त्यांच्यात आत्मविश्वासाचा अभाव असतो. नंतर प्रत्यक्ष आयुष्यात प्रवेश केल्यावर त्यांना अनेक समस्यांना तोंड द्यावे लागते. या विद्यार्थ्यांना ना इंग्रजी येत ना मराठी, संप्रेषणासाठी त्यांच्याजवळ कोणतीच भाषा नसते. काही भाषावैज्ञानिक या परिस्थितीला semilingual असे म्हणतात.

## १.५.४  महाराष्ट्रचे शिक्षणा बाबी धोरणात्मक निर्णय

प्रथम भाषा शिकवताना भाषिक क्षमतांचा विकास करावा, हे अर्थपूर्ण संप्रेषण उद्दिष्ट मानून करावे.  संप्रेषण प्रमाण भाषेच्या sociolinguistic norms वर बेतले जावे, तसेच वाचन-लेखनाचा विकास गंभीर व ज्ञानलक्ष्यी विषयांचा अभ्यास करण्यासाठी करावा. या बरोबरच प्राथमिक व माध्यमिक पातळीवर मूल्य-शिक्षण रूजवून संवेदनशील मन तयार करणे हे ही प्रथम भाषा अध्यापनाचे उद्दिष्ट मानले गेले.

या तऱ्हेने प्रथम भाषा अध्यापनाची मूळ उद्दिष्टे खालीलप्रमाणे सांगता येतील

(१) अर्थपूर्ण संप्रेषण - योग्य वेळी, योग्य भाषेत, योग्य कारणास्तव संभाषण करता येणे.

(२) पुढील शिक्षणाच्या / उच्च शिक्षणाच्या दृष्टीने वाचन लेखनाचा विकास करणे.

(३) संवेदनशिल मन असलेला सुजाण नागरिक बनवणे

द्वितीय भाषा अध्यापनात मात्र अगोदर श्रवण-कथन तथा मूलभूत वाचन व लेखन हे अगोदर शालेय पातळीवर देऊन नंतर पुढे उच्च शिक्षणात Advance skill म्हणून शिकविणे अभिप्रेत आहे.

**पहिलीपासून इंग्रजीची आवश्यकता:**

महाराष्ट्र राज्याचा दुसरा धोरणात्मक निर्णय इंग्रजी भाषा अध्यापनाच्या संदर्भात आहे. सर्व मुलांना पहिली पासून इंग्रजी शिकविली आणि वर सांगितल्याप्रमाणे क्रमाक्रमाने त्याचा विकास केला, तर इंग्रजी माध्यमाकडे पालकांचा कल कमी होईल व मातृभाषेत शिक्षण देणे म्हणजे आपल्या मुलांच्या यशाचे मार्ग बंद करणे असा जो गैरसमज रूढ आहे तो दूर होईल.

या सर्व गोष्टी साध्य करण्यासाठी विद्यार्थी-केंद्रित कृतिशील अध्यापन पद्धतीवर भर दिला गेला पाहिजे. अगोदरच्या उपघटकात नमूद केल्याप्रमाणे इथे प्रकल्प राबवणे, भाषिक खेळ घेणे, प्रत्यक्ष कृतिद्वारे (simulation) भाषिक अनुभव देणे वगैरे गोष्टींना प्राधान्य मिळाले पाहिजे. या सर्व गोष्टी गट-पद्धतीने व जोडीने करण्यासाठी शिक्षकांना प्रवृत्त केले गेले पाहिजे. त्यांना त्यासाठी विशेष प्रशिक्षणही दिले गेले पाहिजे.

अगोदरच्या उपघटकात सांगितल्याप्रमाणे भाषा ही कौशल्याधिष्ठित क्षमता आहे. या क्षमतांचा विकास प्रत्येक विद्यार्थ्याने स्वतः भाषेचा वापर करूनच करायचा आहे. प्रत्येक विद्यार्थ्याला भाषा वापरायची संधी मिळवून देणे ही भाषा शिक्षकाची सर्वात मोठी जबाबदारी आहे. शिक्षकांनी या संबंधी समाज जागृती घडवून आणणे गरजेचे आहे. 'भाषा शिकणे' आणि 'भाषेमधून शिकणे (माध्यम)' या स्वतंत्र गोष्टी आहेत, हे पालकांना पटवून देण्याचा प्रयत्न झाला पाहिजे.

भाषा ग्रहण, संपादन व अध्यापन ▯▯

५

# भाषा सरमिसळ व भाषांतरण

## ५.१    भाषा सरमिसळ

आपल्या बहुभाषी समाजात आपला अनेक भाषांशी संबंध येतो. त्या आपल्याला वेगवेगळ्या परिस्थितीत वापराव्या लागतात, आणि अनवधानाने आपण त्यांची सरमिसळ करतो. ही सरमिसळ बरेच वेळा दोन राज्यांच्या सीमा प्रांतात स्पष्टपणे पाहू शकतो. शब्दसंपत्तीच्या संदर्भात हे नेहमीच होते पण ती व्याकरणिक संरचनांमध्येही दिसून येते. उदाहरणार्थ, 'तो वाघ मारला' या वाक्याचा अर्थ बेळगाव, सोलापूरकडच्या मराठीत 'त्याने वाघ मारला' असा आहे, कारण कानडी भाषेत कर्म आणि क्रियांचा सहसंबंध नसतो, क्रिया नेहमी कर्त्याशी संबंध दाखवते.

भाषांची सरमिसळ बरेच वेळा समाजातील व्यक्तीच्या त्या भाषेबद्दलच्या भावनेवरही अवलंबून असते. इंग्रजी ही प्रतिष्ठेची भाषा असल्याने तिचा वापर ती बोलणाऱ्यांना प्रतिष्ठा देते. इंग्रजी भाषा येत नसली तरी अधून-मधून मराठी इंग्रजी शब्द पेरल्याने त्या व्यक्तींची प्रतिष्ठा उंचावते. इंग्रजीची मराठीत किंवा हिंदीत असलेली सरमिसळ तर आता जाहिरातदारांची खास भाषा बनली आहे. स्प्राईटची जाहिरात 'पियो जियो, और कूल रहो' किंवा 'एफ्. एम्. का डोस, हर रोज' किंवा 'गरमी का फंडा, कॉटन पहनो ठंडा'. 'मला इंटरेस्ट आहे', 'गावात लाईट नाही', 'रोडवरच गाडी पडून राहिली', 'मार्केटींग', 'इन्फ्रास्ट्रक्चर' इत्यादी शब्द सर्वसाधारण व्यक्तींच्या तोंडीही ऐकायला मिळतात. पण कधी

कधी इंग्रजी आपल्याला बोलता येते हे दाखविण्यासाठी काही मराठी शब्द सोडल्यास जवळ जवळ संपूर्ण वाक्यच इंग्रजी असल्यासारखे बोलले जाते. 'लोकमुद्रेत' हा प्रश्न विचारला गेला होता, 'बॉडी बिल्डींग सप्लिमेंट्स (प्रोटीनयुक्त एनर्जी ड्रिंक) घेतल्यानंतर भविष्यात काही साईड इफेक्टस् होतात का?'

एकूणच काय तर प्रतिष्ठेमुळे,  aptitude मुळे, किंवा गरज म्हणून जेव्हा आपण इतर भाषेतील शब्द किंवा संरचना आपल्या भाषेत मिसळून घेऊन संप्रेषण करतो, तेव्हा त्याला 'भाषेची सरमिसळ' म्हणतात. जागतिकीकरणामुळे, कॉल सेंटर्स किंवा BPO मुळे इंग्रजीतून शब्दांची सरमिसळ, तसेच बॉलीवुडच्या प्रभावामुळे हिंदीचा रेटा, हिंदी शब्दांची सरमिसळ दिसते. उदाहरणार्थ, 'कार्यक्रम संपन्न झाला', 'तो या प्रकरणात तोंडावर पडला' (मुँहके बल गिरा), 'तो एका नाईटचे किती घेतो'  वगैरे.

## ५.२    भाषांतरण (Language Shift)

काही व्यक्ती किंवा सामाजिक गट, परप्रांतात वा इतर भाषा बोलणाऱ्या समाजात जाऊन स्थायिक होतात. नवीन समाजाशी जुळवून घेण्यासाठी, त्यांच्याशी एकरूप होण्यासाठी, त्यांची भाषा आत्मसात करायचा प्रयत्न करतात, आणि हळूहळू त्यांची स्वतःची अशी नवी भाषा बनवितात. आपल्या भाषेचा ते त्याग करतात. या प्रक्रियेत एका पिढीत भाषांची सरमिसळ दिसते. पुढच्या पिढीत भाषांतरण म्हणजे त्यांच्या पूर्वीच्या भाषेचा वापर हळूहळू पूर्णपणे थांबतो. याला भाषांतरण (language shift) म्हणतात. महाराष्ट्रात स्थायिक झालेल्या अनेक दक्षिण भाषकांच्या बाबतीत हे खरे आहे. जे भारतीय अमेरिकेत जाऊन स्थायिक झालेत त्यांच्या मुलांच्या बाबतीतही अशा तऱ्हेचे भाषांतरण पाहायला मिळते.

(१) भारत हा बहुभाषी (linguistic giant) आहे.

(२) भाषा वैविध्य त्याचे वैशिष्ट्य आहे.

(३) भारतात भाषा धोरण व भाषा नियोजन दोन्ही आव्हानात्मक आहेत.

(४) युनेस्कोच्या निर्देशाप्रमाणे प्रत्येक बालक/बालिकेला त्यांच्या/तिच्या मातृभाषेत शिक्षण देणे आवश्यक आहे.

(५) साधारणपणे मुलांची मातृभाषा म्हणजे एखादी बोली असते, आणि ती जरी लिहिली गेली नाही तरी, विकसित व्याकरण असलेली, त्या त्या समाजाच्या सर्व गरजा भागविणारी परिपूर्ण भाषा असते.

(६) शिक्षण त्या बोलीत न देता, प्रमाण भाषेत दिले जाते.

(७) त्याचे मुख्य कारण असे की, या बोलीत शिकविणारे शिक्षक, पुस्तके आणि इतर शैक्षणिक साहित्य तयार करणे आर्थिकदृष्ट्या तसेच गुणवत्तेच्या दृष्टीने अशक्य नसले तरी, अत्यंत अवघड असते.

(८) भारत स्वतंत्र झाल्यानंतर देशाची प्रांतवार रचना झाली. प्रातांत सर्व राजकीय व औपचारिक संप्रेषणाच्या क्षेत्रात त्या त्या भाषेचा वापर सरकारद्वारा मान्य केला गेला. शिक्षणही त्याच म्हणजे राज्यभाषेत देण्याचे ठरले.

(९) १९४१-४९ मध्ये युनिव्हर्सिटी एज्युकेशन कमिशनने त्रिभाषा सूत्र सुचविले. या सूत्रामळे (१) प्रथम भाषा शिक्षणाचे माध्यम म्हणून वापरावी, (२) हिंदी राष्ट्रभाषा म्हणून रूजवावी आणि त्या भाषेचा त्या दृष्टीने विकास

करावा, (३) इंग्रजी ही परराष्ट्र भाषा म्हणून शिकवली जावी, जेणेकरून जगाच्या प्रत्येक घडामोडींशी प्रत्येक व्यक्ती जोडलेला राहील.

(१०) १९८५ व पुढे १९८६ मध्ये भाषा अध्यापना संबंधीचे नवे धोरण शिक्षण मंत्रालयातर्फे पुढीलप्रमाणे मांडण्यात आले.

प्रथम भाषा उच्च शिक्षणापर्यंत वापरण्याची सोय असावी. त्रिभाषा सूत्र काटेकोरपणे पाळले जावे यासंबंधीची सूचना. भाषा अध्यापन क्षमताधिष्ठीत (competency based) असावे. आणि इंग्रजीचा अभ्यास प्रथम  मूलभूत भाषिक कौशल्य (basic language skill) म्हणून सादर करावा, पुढे उच्च शिक्षणाच्या दृष्टीने त्याचा विशेष विकास व्हावा/करावा, याबद्दलची सूचना. भाषा धोरण-नियोजनासंबंधी कार्यक्रमात एस्. के. वर्मा यांच्या मतांचा विचार केला गेला होता, त्यांच्या मते, भारत हा बहुभाषी देश आहे आणि भाषा शिक्षणाचे धोरण असे असावे की भारत देश हा एकसंध राहू शकेल. त्यासाठी त्यांनी काही सूचना केल्या.

(१) भाषा अध्यापनाची उद्दिष्टे स्पष्ट शब्दात मांडावी.

(२) कोणत्या भाषेत, कोणत्या पातळीवर, किती प्राविण्य मिळवावे याचे मापन स्पष्ट असावे.

(३) भाषा शिक्षणात अभिजात भाषांचाही समावेश व्हावा जेणेकरून अर्वाचीन भाषा समर्थ बनू शकतील.

इंग्रजीला जागतिक भाषा म्हणून प्रतिष्ठा आहे तसेच तिला यशाची गुरुकिल्लीही मानले जाते. ती परकी भाषा असली तरी, पालक आपल्या पाल्यांना इंग्रजी माध्यमातून शिक्षण देण्याचा प्रयत्न करतात, दुर्दैवान या परिस्थितीत सर्वसाधारण बुद्धिमत्तेची

मुले ना भाषा शिकत ना विषय. भाषा संप्रेषणाबाबत दोन धोरणात्मक गोष्टी मांडल्या. प्रथम भाषेत शिक्षण देण्याची सोय उच्च शिक्षणापर्यंत असावी. त्यासाठी अर्थपूर्ण संप्रेषणासाठी क्षमतांचा विकास जाणीवपूर्वक करावा. पहिलीच्या वर्गापासूनच इंग्रजी अध्यापन सुरू करावे. पण प्रथम मूलभूत कौशल्ये (basic communication skills) विकसित करून नंतर उच्च शिक्षणाच्यादृष्टी (Language for academic program)ने विचार करावा. इंग्रजीच्या महत्त्वामुळे इंग्रजी भाषेची सरमिसळ मराठी व इतर भारतीय भाषांमध्ये दिसू लागली. ही सरमिसळ प्रांतांच्या सीमारेषेवर, जिथे वेगवेगळ्या भाषा बोलल्या जातात, तिथे जास्त दिसते. प्रतिष्ठेमुळे, दृष्टिकोना (attitude) मुळे किंवा गरज म्हणून एका भाषेचे शब्द दुसऱ्या भाषेत संप्रेषणाच्या दरम्यान मिसळले जाणे, याला भाषा सरमिसळ किंवा (code mixing) म्हणतात. जाहिरातींच्या भाषेत इंग्रजी व हिंदी किंवा मराठीची सरमिसळ त्या भाषेचे वैशिष्ट्य बनले आहे. एखादी व्यक्ति किंवा सामाजिक गट दुसऱ्या प्रांतात जाऊन वास्तव्य करतो, त्या समाजाशी एकरूप होतो, त्याची भाषा आत्मसात करतो, तेव्हा हळूहळू त्याची स्वतःची भाषा दुय्यम बनते आणि पुढची पिढी त्या प्रांताची भाषा आपली मानायला लागते. याला भाषांतरण झाले असे म्हणतात. महाराष्ट्रात येऊन हिंदी किंवा तेलगु मुले स्वच्छ मराठी बोलायला शिकतात. आपल्या भाषेचा पूर्वजांच्या विसर पडतो तेव्हा त्यांच्या भाषेचे भाषांतरण झालेले असते.

## स्वयं अध्ययनासाठी काही उपक्रम:

१.   त्रिभाषासूत्र म्हणजे काय?

२. तुमच्या राज्यात त्रिभाषासूत्र कशे राबवले जाते ते पहा आणि ते तुम्हाला योग्य वाटते का ते सांगा.

३. त्रिभाषा सूत्राचे स्वरूप समजावून सांगा. ते काटेकोरपणे पाळले जावे असा सरकारला निर्देश का द्यावा लागला ?

४. महाराष्ट्र सरकारने इयत्ता पहिली पासूनंच इंग्रजी शिकवण्याचा निर्णय का घेतला? महाराष्ट्र सरकारने कोणत्या बाबी नव्याने भाषा शिक्षण धोरणात मांडल्या?

भाषा ग्रहण, संपादन व अध्यापन ⬚⬚⬚

# <u>सारांश</u>

लहान मूल भाषा कशी शिकते याबाबत मनोवैज्ञानिक आणि भाषावैज्ञानिकांनी अनेकविध पद्धतीने संशोधन केले. मुले फक्त अनुकरणाने भाषा शिकत नाहीत. भाषा शिक्षणाबाबतचा मदरेस आणि कोरी पाटी सिद्धान्त विकसित झाले. परंतु संपूर्ण भाषा या पद्धतीने शिकता येत नाही. चॉमस्कीच्या मते भाषा ही मानवाची विशेष उपजत उपलब्धी आहे. चार वर्षे पूर्ण होता होता मुले भाषेचे मूलभूत व्याकरण आत्मसात करतात. व्याकरणाचे ज्ञान म्हणजे भाषेचे ज्ञान होय. लेनेबर्ग यांनी ही हिला जैविक व जनुकीय क्षमता मानली आहे. इतर संशोधकांनी सांगितले की, मुले भाषा विशिष्ट क्रमाने शिकतात. मुलांची भाषा क्षमता भोवतालच्या भाषेमुळे कार्यान्वित होते. भाषेला वैश्विक रूप असते. प्रत्येक भाषेत व्याकरणिक घटक असतात, परंतु त्यांची मांडणी वेगवेगळी असते. भाषाग्रहणासाठी भाषा ऐकण्याची भरपूर संधी मुलांना मिळाली पाहिजे. मुले आकलनाच्या पातळीवर भाषा शिकतात. त्यानंतर तिचे प्रकटीकरण करतात. भाषा ही संश्लिष्ट असली तरी मुले प्रथम एक शब्द टप्पा, दोन शब्द टप्पा, तीन शब्द टप्पा अशा पद्धतीने शिकतात. मुले साधारणपणे सामान्य नियम प्रथम शिकून घेतात. आपल्या मेंदूच्या डाव्या भागात मागच्या बाजूला आकलनाचे व ग्रहणाचे भाषा केंद्र आहे आणि पुढच्या भागात प्रकटीकरणाचे केंद्र आहे. भाषिक संवेदना ग्रहण करून त्याद्वारे व्यक्त अर्थ उमगण्याची क्षमता या केंद्रात आहे. दोन महिन्यांपासून ते चार वर्षापर्यंत मुले भाषा हे ज्ञानप्राप्तीचे साधन म्हणून आत्मसात करतात. काळानुरूप त्यात बदल होतात. चाळीसाव्या वर्षानंतर मज्जापेशी हळूहळू मृत होऊ लागतात. परंतु बुद्धीला सतत चालना दिल्यास बौद्धिक कामे

भाषा ग्रहण, संपादन व अध्यापन ▢▢▢

चालू राहतात. मुले प्रथम भाषेतील चढ-उतार व लय समजून घेतात. नंतर प्रत्यक्ष स्वनिमांचा विकास होतो. जगातील सर्व मुले आपल्या भाषेची सुरुवात एक शब्द, दो शब्द, तीन शब्द या टप्प्याने करतात. त्यानंतर संपूर्ण भाषिक व्यवस्था आत्मसात करतात. भाषाग्रहणाच्या दृष्टीने वय वर्षे चार ते सात हा काळ अत्यंत महत्त्वाचा असतो. आकलन आणि अर्थग्रहणासाठी ध्वनी आणि वाक्यरचनेचे नियम आत्मसात केले जातात. शब्दार्थ समजावून घेणे ही अर्थग्रहणाची पहिली पायरी असते. प्रत्येक शब्दाला अर्थाची तीन आवरणे असतात -सांकल्पनिक, सामाजिक आणि भावनिक. प्रथम भाषा शिकल्यानंतर आपण ज्या इतर भाषा शिकतो त्यांना द्वितीय भाषा असे म्हणतात. ही भाषा औपचारिक किंवा अनौपचारिक पद्धतीने आत्मसात केली जाते. त्यात विशिष्ट टप्पे असतात. यात शिक्षकाची भूमिका ही मार्गदर्शकाची असते. द्वितीय भाषा अध्यापनाच्या पद्धतीत काळानुरूप विविध बदल झाले. त्यात व्याकरण-अनुवाद पद्धती, डायरेक्ट मेथड, संरचनात्मक पद्धती, प्रासंगिक पद्धती, संप्रेषणात्मक पद्धती यांचा विकास झाला. वरील कोणतीही एक पद्धत परिपूर्ण नाही, म्हणून विविध पद्धतीतील गुणवैशिष्ट्यांना एकत्रीत करून सर्वसमावेशक पद्धती विकसित करण्यात आली आहे.

अलीकडच्या काळात पेट-स्केन (PET scan) आणि एम-आर-आय (MRI) या सुविधा उपलब्ध झाल्या मुळे भाषा संशोधनाला गती मिळाली आहे. आता हे मानलं जातं भाषा आकलनामधे सबंध मेंदू कार्यरत असतो. भाषा गमावून बसलेली व्यक्ती, मग एक्सिडेन्ट किंवा पक्षघात कोणत्याही कारणाने भाषा गमावल्या नंतर जेव्हा ती व्यक्ती भाषा शिकते तेव्हा हे लक्षात येते की स्वनिम व्यवस्था वेगळ्याठिकाणी स्टोर केली जाते, वाक्यरचनेचे

नियम वेगळ्या ठिकाणी. म्हणजे असं पाहण्यात आले आहे की पेशन्ट शब्द आणि स्वनिम पुन्हा शिकतो पण या शब्दांची मांडणी वाक्यात कशी करतात ते मात्र विसरून जातो. म्हणजे काय की या व्यवस्थेची मांडणी वेगवेगळ्या ठिकाणी होते. काही परत मिळवता येतात काही नाही. मुले भाषा शिकताना आपल्या पाची इंद्रियांचा वापर करतात. या इंद्रियांद्वारे अनुभव ग्रहण केला जातो त्याला नावे दिली जातात आणि मेंदू मधे स्टोर केले जातात. भाषेचे ध्वनी (साउंड्स) एके ठिकाणी, शब्दसंपत्ति (vocabulary) दुसरीकडे, आणि त्यांच्या मांडणीचे नियम (syntax) तिसरीचकडे. त्यात भारतीय लोक बहुभाषी असतात. त्यांनी गुंता समजून घेण्या साठी मेगा सिस्टम तयार केलेली असते.

# पारिभाषिक शब्द, शब्दार्थ

कोरी पाटी : Clean slate

उपजत : Innate

भाषाग्रहण क्षमता : Language acquisition device

उच्चारण विशेष : Phonetic peculiarity

सुरयोजन : Intonation pattern

लय: Rhythm

वाक्यात वाक्य घालणे: Embedding

सांकल्पनिक : Logical constants or conceptual,

अर्थ संबंध: Sense relation .

प्रकट-अप्रकट : Overt-covert

वाक्यरचनेत वाक्यांश व त्यांच्या परस्पर संबंधाचा अर्थ: Syntactic

पूर्ण द्वैभाषिक : Perfect bilingual

व्याकरण अनुवाद पद्धती Grammar translation method

अभिजात भाषा : Classical language

संरचनात्मक पद्धती: Structural method

अवगामी : Deductive

उगामी : Inductive

संप्रेषणात्मक पद्धती : Communicative method

बोली भाषा : Spoken language

सर्वसमावेशक पद्धती: Eclectic method

भाषा ग्रहण, संपादन व अध्यापन ॥११॥

# <u>अधिक वाचनासाठी पुस्तके</u>

Allen, P. B. & S. Pit Corder, 1974, Applied Linguistics, 4-Volumes, OUP, Oxford.

Bloom, L. M., 1970, Language Development: Form & Function in Emerging Grammar, Cambridge Mass, MIT Press.

Britton, J. N., 1970, Language & Learning, The Pen Press.

Brown, R., 1973, First Language, Cambridge M.A., Harvard University Press.

Chomsky, N., 1957, Syntactic Structure, Hague, Mouton.

Chomsky, N., 1965, Aspects of One Theory of Syntax, Cambridge Mass, MIT Press.

Crystal, David, The Cambridge Encyclopedia of Language, 2nd Edition, CUP.

Dave, P. N., 1974, Improving Language Skills in Mother Tongue, Mysore, Central Institute of Indian Languages.

E. Annamalai, 2001, Managing Multilingualism in India, Political Linguistic Manifestation, Language and Development -Volume 8, Series Editor, Uday Narayan Singh and Probal Dasgupta.

Eric Lenneberg, 1967, Biological Foundations of Language,  New York, John Wiley & Sons

Field, John, 2003, Psycholinguistics: A Reference Book for Students, Routledge, London and New York.

Garlett, Francoise, 1981, Developing Reading Skills, Cambridge, CUP.

Hymes, Dell, 1972, "On Communicative Competence" in Pride J. B. & J. Holme (Ed.), Socioliazation.

Krishnaswami, N. N., 1982, Linguistics for Language Teachers, OUP.

Language in Education: A Source Book, Prepared by Language and Learning Course Team, Open University Set Book, The Open University Press.

McLaughlin, Scott, 1998, Introduction to Language Development, Singular Publishing Group, Inc., Jan Pie London.

Pattanayak, D. P., 1981, Multilingualism & Mother Tongue Teaching, Oxford University Press.

Pattanayak, D. P., 1991, Language, Education, Culture, Central Institute of Indian Languages, Mysore.

Richards, Jack, 1974, Error Analysis - Perspective on Second Language Acquisition, London, Longman.

Richards, Jack & Theodor Roger, 1986, Approaches and Methods in Second Language Teaching, Cambridge, CUP.

S. Pit Corder, 1974, Introducing Applied Linguistics, CUP.

S. Pit Corder, 1986, Error Analysis and Interlanguage, Oxford, OUP.

Stenburg, Danny, D., 1982, Psycholinguistics: Language Hind and World, New York, Longman, second

Stern, H. M., 1983, Fundamental Concepts of Language Teaching, London, OUP.

Verma, S. K., 1996, Language in Education, T. R. Publications.

Yule, George, 1995, A Study of Language, Cambridge, CUP.

# उद्दिष्टे

- घटकाच्या अध्ययनानांतर आपणास
- भाषाग्रहणासंबंधीच्या गैरसमजुती सांगता येतील.
- भाषाग्रहणासंबंधीचा वैज्ञानिक दृष्टिकोन स्पष्ट करता येईल.
- विविध भाषांमधील समानतेचा शोध घेता येईल.
- भाषेच्या मूलभूत संरचनेचे आकलन होईल.
- भाषाग्रहण क्षमतेत मेंदूचे कार्य स्पष्ट करता येईल.
- भाषाग्रहणाचे टप्पे सांगता येतील.
- व्याकरण व्यवस्था, रूप व वाक्य व्यवस्थेच्या ग्रहणाच्या टप्प्यांचे आकलन होईल.
- अर्थग्रहण आणि त्याची क्रमवारिता सांगता येईल.
- भाषाग्रहणाची सामाजिक बाजू स्पष्ट करता येईल.
- भाषा संपादनातील विविध घटक सांगता येतील.
- भाषा अध्यापनाच्या विविध पद्धती समजावून घेता येतील.

www.ingramcontent.com/pod-product-compliance
Lightning Source LLC
Chambersburg PA
CBHW041334120726
48005CB00014B/2256